இவர்தான் கலைஞர்

எஸ். எஸ். தென்னரசு

நூல் விவர பட்டியல்

நூல் பெயர்	:	இவர்தான் கலைஞர்
ஆசிரியர்	:	எஸ்.எஸ். தென்னரசு
வெளியீடு	:	*Dravidian Stock*
முதல் பதிப்பு	:	*2022*
தட்டச்சு உதவி	:	லட்சுமி கௌதம்

பதிப்புரை

Dravidan Stock பதிப்பகம் தொடங்கியதிலிருந்து கலைஞரின் நூல் ஒன்றை பதிப்பிக்க விரும்பினோம். அப்படி தேடிக்கிடைத்ததுதான் எஸ்.எஸ்.தென்னரசு அவர்கள் எழுதிய இந்நூல். கலைஞரின் நினைவாக இந்நூலை பதிப்பதில் மகிழ்ச்சியடைகிறோம்.!

உள்ளே...

1. இவர்தான் கலைஞர்! 7
2. முடிசூடா மன்னன்! 11
3. பொன்முடியும் போர்வாளும்! 20
4. மல்லிகையின் மகரந்தங்கள்! 24
5. எல்லாம்வல்ல எதிர்க்கட்சித் தலைவர்! 28
6. கிழக்கு வெளுக்கிறது! 35
7. எனக்குள் இருக்கும் என்னவனே! 41
8. மாணிக்கமாலை! 46
9. மல்லிகைப் பூ 52
10. தென்னிந்தியாவின் போர்வாள்! 60
11. நீலாம்பரி! .66
12. ஓவியம்! 78
13. அணையா விளக்கு! 83

நமது பிற வெளியீடுகள்

எண்ணி துணிக கருமம்	-	60/-
ம.பொ.சி.யும் ஆதித்தனாரும்		
தமிழ்த்தேசிய தலைவர்களா?	-	30/-
ஆதிதிராவிடர் வரலாற்றுக் குறிப்புகள்	-	200/-
பெரியார் சாதித்ததுதான் என்ன?	-	200/-
ஆதிதிராவிடர் மாநாடுகள்	-	370/-
தழும்புகள் - 80/-		
தாசிகள் மோச வலை அல்லது		
மதிபெற்ற மைனர்	-	300/-
என் பார்வையில் கலைஞர்	-	200/-

1.இவர்தான் கலைஞர்!

அறைகூவல்களை ஏற்பவர்தான். அறைகூவல்களை விடுப்பதற்கும் தகுதியுடையவராவார். இந்த இரண்டு தகுதிகளும் கழகத் தலைவருக்கேதான் உண்டு. 'உன்னால் மதுரைக்குள் காலெடுத்து வைக்க முடியுமா என்று கேட்டவர்களையும், முகவைக்குள் நுழைய முடியுமா என்று முஷ்டியை முறுக்கியவர்களையும்' தேன் கொட்டிய திருடர்களாக்கி வைத்த சிறப்பு நமது தலைவர் கலைஞருக்குத்தான் உண்டு.

❖

நேருக்கு நேர் வந்து பார் - என்று பேசும் பயில்வான் பாணி கலைஞருக்குப் பிடிக்காது. கலைஞர் கழகத்திற்காக ரத்தம் சிந்தியவரே தவிர ரத்தம் குடித்தவரல்ல.

❖

கலைஞர், கழகத்திற்காக ஓய்வில்லாமல் பணியாற்றும் ஒரு இயந்திரத்திற்குச் சமமானவர். ஓய்வு நேரம் அவருக்கு மிகவும் குறைவு. அதைவிடக் குறைவு அவர் துயிலும் காலம்.

❖

கலைஞரால் இப்படி உழைக்க முடிவதின் மர்மமென்ன? அவரது தளராத உணர்ச்சியும், உணவுக் கட்டுப்பாடும்தான் முக்கியமான காரணங்கள். கொழுப்புச் சத்துக்கள் உள்ள சாப்பாட்டை அவர் தொடவே மாட்டார். கறி, மீன் வறுவல் அவர் விரும்பாதவை. பச்சரிசிச் சாதம்தான் அவர் சாப்பிடுவார்; அதுவும் குழைய வடிக்க வேண்டும். ரசம், ஊறுகாய் முக்கியம். எவ்வளவு சுவையான சாப்பாட்டையும் வயிறுமுட்டச் சாப்பிடமாட்டார். எப்போதும் அரை வயிறுச் சாப்பாடுதான்.

❖

காலை ஆறு மணியிலிருந்து இரவு பன்னிரெண்டு மணி வரை ஓய்வின்றிப் பணியாற்றுபவர் கலைஞர். அவசியப்பட்டால் காலை 4 மணிக்கே எழுந்து விடுவார்.

❖

1953 வரை இடைவிடாமல் சிகரெட் பிடிக்கும் 'செயின்ஸ்மோக்கராக' இருந்த கலைஞர் அவரது தாயாரின் கனிவான வேண்டுகோளுக்கிணங்க புகைப்படிப்பதை அறவே நிறுத்தி விட்டார். இப்போது இடையிடையே காபி அருந்துகிறார்.

❖

பொதுக்கூட்டமேடைகளில் கலைஞர் பதட்டமில்லாமல் 'ஆட்டோ கிராப்க'ளில் கையொப்பங்களைப் போடுவார். அவரது கையொப்பங்களில் தென்னிந்தியாவின் அன்பைப் அப்படியே காணலாம்.

❖

கலைஞர் தினசரி கருப்பு-சிவப்பு வேட்டிதான் உடுத்துவார். மேல் துண்டும் அப்படித்தான். தி.மு.க. மந்திரி சபை அமைக்கும் வரை காலர் இல்லாத ஜிப்பா அணிந்து வந்தார். அதற்குப் பிறகு தான் காலர் சட்டை அணிந்து பழகினார்.

❖

கல்லக்குடிப் போராட்டத்திற்கு முன் கலைஞர் மீசை வைக்கவில்லை. அந்தப் போராட்டத்திற்குத் தண்டிக்கப்பட்டு விடுதலையாகி வரும்போதுதான் கலைஞர் மீசையோடு வெளியில் வந்தார்.

❖

1950 முதல் கலைஞர் சொந்தத்தில் கார் வைத்திருக்கிறார். தொடக்கத்தில் வெவ்வேறு கார்களை அவர் வைத்திருந்தாலும்

பின்னர் அவர் 'பியட்' கார்களைத்தான் வைத்திருந்தார். பியட் மீது உங்களுக்கு மோகமா? என்று யாராவது கேட்டால், 'முன் சீட்டில் உட்கார்ந்து செல்ல அதுதான் வசதியாக இருக்கிறது' என்பார் கலைஞர். கலைஞர் கைது செய்யப்படும் போதெல்லாம் அவரது காரும் கைது செய்யப்பட்டதுண்டு! எம்.எஸ்.ஒய். 1335 என்ற அவரது பியட் கார் அப்படிப் பலமுறை போலீஸ் 'லாக்கப்'பிற்குப் போயிருக்கிறது.

❖

1855 முதல் சென்னையில் கலைஞருக்குச் சொந்த வீடு உண்டு. உயர்ந்த குடியினரே அந்தத் தெருவில் நிரந்தரமாக இருந்து விடுவதால் இப்போது கலைஞர் குடியிருக்கும் வீட்டைக் கலைஞருக்கு விற்பதற்குக்கூட அந்த வீட்டுக்காரர் கூச்சப்பட்டிருக்கிறார்.

❖

கலைஞர் வீட்டில் ஆடம்பரமான சாப்பாடு என்றைக்கும் இருந்ததில்லை. கலைஞரோடு யாராவது இரண்டு வெளியூர் கட்சித் தோழர்கள் தினசரி சாப்பிடுவார்கள். வீட்டில் கலைஞருக்கென்று தனிச் சமையல் கிடையாது. பிள்ளைகளோடு அவரும் வரிசையில் உட்கார்ந்து 'அரட்டை' அடித்துக் கொண்டுதான் சாப்பிடுவார்.

❖

தேர்தல் நிதி சேகரிக்கும் கூட்டங்களிலும், தேர்தல் பிரச்சாரப் பொதுக்கூட்டங்களிலும் கலைஞர் விடியவிடிய பேசிப்பழகி விட்டார் டாக்டர்களின் அறிவுரைகளை இந்தக் கூட்டங்களில் மீறுவது கலைஞரின் குணமாகி விட்டது. இப்போது காரில் தனக்குப் பக்கத்தில் ஒரு அழகிய கருப்புப் பெட்டி வைத்திருக்கிறார்; விதவிதமான மாத்திரைகளைத் தவிர வேறு ஒன்றும் அதில் இல்லை. காலையிலே கருப்பு மாத்திரை, பகலில் பச்சை மாத்திரை, இரவில் சிவப்பு மாத்திரை என்று நேரத்திற்கொரு மாத்திரை சாப்பிட்ட வண்ணமாயிருக்கிறார்.

❖

தன் பிள்ளைகள், பேரன், பேத்திகள் மத்தியில் கலைஞருக்கு அதிகப்பாசம் உண்டு. இருந்தாலும் இப்போது அவர்களோடு பேசிப் பழக நேரம் கிடைக்காத காரணத்தினால் சில நேரங்களில் அவர்கள் எந்த வகுப்புப் படிக்கிறார்கள் என்பதையும் அவர் மறந்து விடுகிறார்.

❖

பிரயாணம் செய்துகொண்டே கதை, கவிதை, நாடகம் எழுவதுவதில் தனித்திறமை பெற்றவர் கலைஞர். எங்காவது அவர் கவி அரங்கத்தில் கலந்து கொள்ளச் சென்றால் முதல் நாள் இரவு ரயிலில் போகும்போதுதான் கவிதைகளை எழுதுவார். ஓடும் ரயிலில் அழகாக எழுதுவதில் கலைஞருக்கு நிகர் கலைஞர்தான்

❖

கதையோ, நாடகமோ, திரைப்பட வசனமோ, ஏதாகினும் சரி. எழுத ஆரம்பித்துவிட்டால் அதை முடிக்காமல் எழுந்து பழக்கமில்லாதவர் கலைஞர். விடா முயற்சியையும் தளராத உழைப்பையும் இன்றுகூடக் கலைஞரிடம் காணலாம்.

❖

எதிரிகளை வசப்படுத்துவதில் இவரது பாணிதனியானது. அறிஞர் அண்ணா அன்பினாலும், தாயுள்ளத்தாலும் எதிரிகளை ஊமையாக்கினார். ஆனால் கலைஞரோ, பிரமிக்கத்தக்க சாதனைகளால் எதிரிகளைச் செல்லாக் காசாக்கினார்.

❖

பொதுக்கூட்டங்களில் மேற்கோள் காட்டுவதற்குத் திருக்குறளையும், மகாபாரதத்தையுமே கலைஞர் கையாளுவார். குழந்தைகளைப் பற்றிப் பேசி, தாய்மார்களை நெகிழச் செய்வதில் கலைஞர் வல்லமை பெற்றவர்.

❖

கலைஞருக்கு நினைவாற்றல் அதிகம். பழைய சம்பவங்களை அவர் மறப்பதில்லை. திருப்பூரா? ஒரு காலத்தில் படுக்க இடம் கிடைக்காமல் நான் தெருப்பாலத்தில் தூங்கியிருக்கிறேன். திருப்பத்தூரா? முகம் கழுவத் தண்ணீர் கிடைக்காமல் சோடாவை வாங்கி முகத்தைக் கழுவினேன் என்று நண்பர்களை இடித்துக்காட்டுவார்.

❖

கலைஞருக்கு விலையுயர்ந்த பேனாக்கள் பயன்படுவதில்லை. பட்டையடிக்கக் கூடிய சாதாரணப் பேனாக்களை மட்டுமே அவர் பயன்படுத்துவார்.

❖

மேஜையின் மேல் வைத்து எழுதி அவருக்குப் பழக்கமில்லை. உட்கார்ந்து மடியில் வைத்துக்கொண்டு தான் எழுதுவார். பச்சை மை அவருக்கு அறவே பிடிக்காது. கருப்பு மையே அவர் விரும்புவது.

❖

பழைய தமிழ் இலக்கியங்களுள் புறநானூறு அவருக்குப் பிடித்தமானது. இதிகாசங்களில் மகாபாரதம்.

❖

பயணம் செய்வது அவருக்கு ஒரு கலை: அவரோடு செய்பவர்களுக்குக் களைப்பே தோன்றாது.

❖❖❖

2. முடிசூடா மன்னன்!

தர்ம தேவதையே
திக்குத் தெரியாமல்
விக்கி
அழுது கொண்டிருந்த
எங்களுக்கு -
அண்ணாவின் தம்பி
என்று
ஒரு அரிய தலைவனை
அருளினாய்!
ஆட்டைத் தூக்கியவனை
யெல்லாம்
ஆண்டவன்
என்று நம்பாத
நாங்கள்
நாட்டைக் கொடுத்துப்
பார்த்த பின்னர்தான்
வீட்டுச் சாவியை
வழங்கினோம் அவனிடம்!
தர்ம தேவதையே

நின்று கொல்லும்

சிந்தை உள்ள நீ

நொந்துபோன எங்களுக்கு

அன்றே ஒரு

பைந்தமிழ்ப் பாவலனை

பரிசளித்தாய்

அதற்காக

உன்னை

வணங்குகிறோம்.

❖

தலைவா

இன்று நீ

எங்களுக்கு

ஒரு முடிசூடா மன்னன்

சக்கரவர்த்தி

என்று

அழைக்கக் கூட

எங்களுக்கு -

ஆசை தான்

இது சரித்திரகாலமாக

இல்லாததால்

அடக்கமாக

அழைக்கிறோம் -

நீதான்

எங்களுக்கு

முடிசூடா மன்னன்.

உனக்கு வைர முடிசூட்டி
எங்களால் -
வாழ்த்துப் பாடவும் முடியும்
ஆனால் உன்
வழுக்கைத் தலையில்
வடுக்கள்
விழுந்து விடுமே
என்பதற்காகவே
அதை நாங்கள்
தவிர்த்து வருகிறோம் ஏழ்கடலுக்கப்பால்
எவரோ
கொண்ட
கொள்கை அல்ல
உன்னுடையது
மக்களையே
மகேசனாய்ப் பார்க்கும்
மகாபுருஷன் நீ
சமுதாயமே
உனது போர்க்களம்!
ஏமாற்றுக்காரர்களே
உனது எதிரிகள்
இதனால்தான்
இவனன்றோ
தலைவனென்று
இளைஞர்கள் சிறகடிக்கிறார்கள்.

சரித்திரங்கள்
வர்ணிப்பது போல்,
சர்வாதிகாரத்தை
நிலை நாட்ட
ஜனநாயகத்தை
நரபலியாக்கும்
கொரில்லாத்தலைவனை
நாங்கள் நாடவில்லை.

மக்களை
முதலாளிகளாக்கும்
ஒரு
அரசியல் தொழிலாளியை -
மரக்கட்டைகளை உயிரோவியங்களாக்கும்
ஒரு
சமுதாயச் சிற்பியைத்
தேடி அலைந்த எங்களுக்குத் தேவாமிர்தமாகக்
கிடைத்த தலைவன்நீ!
தத்து வந்ததாலேயே
பித்துப்பிடித்தவனெல்லாம்
தலையில் முடிசூட்டிக் கொள்ளும்போது
இளைத்துக் கிடந்த
சமுதாயத்தை -
ஈட்டியைக் கையில்
கொடுத்து

இனமுரசு கொட்ட வைத்த
உன்னை -
முடிசூடா மன்னன்
என்றால்
நாடு
அதை ஏற்காமல் போகுமா?
குற்றுயிராய்க்
கிடக்கும் தாயின்
குடலைக் கழுவி
புத்துயிர் வழங்கும்
மகனை
மாதாவே 'மகராசன்' எனும் போது
குழந்தைகளைக் காக்கும்
குடிசைத் தலைவனை
பெண்ஜாதியே- என் ராஜாவே
எனும் போது -
தடம்புரண்ட தமிழர்களை-
தலைநிமிர்ந்து நடக்க வைத்து
இனமானப் புலிகளாக்கிய
தென்னாட்டு போசை (சுபாஸ்)
முடிசூடா மன்னன் என்றால்
கோபப்படுவோர்
கோட்சேக் கும்பலாக
இருக்க முடியுமே தவிர
கொள்கைக் கோமான்களாக
ஒருபோதும் இருக்கமாட்டார்கள்.

மன்னவனே,

கவிஞர்கள், தாஜ்மஹாலை

யமுனாவின் குளியல்அறை

என்றும் -

பூமாதேவியின்

ஒட்டியாணம்

என்றும்

வர்ணிக்கிறார்கள்

ஆனால் நாங்களோ

உன் உள்ளத்தையே

எங்கள் குளியல் அறையாகவும்

உன் உழைப்பையே

தமிழகத்தின் ஒட்டியாணம்

என்றும்

எண்ணிக் கொண்டிருக்கிறோம்

நீ நடந்து வந்த பாதையைத்

திரும்பிப்பார்!

பூப்பல்லக்குகள்

புதை குழிகள்

ஆனந்தக்கீதம்

அழுகுரல்

எல்லாமே

பின்னிப்பிணைந்து

ஒரு

புதிய ஒலியைக் கிளப்பத்தான்

செய்யும்
ஒய்யாரங்களில்
ஊறித் திளைக்காமல்
அந்த
ஒப்பாரிகளிலேயே
இலக்கியம் படைத்தவன் நீ
அதனால்தான்
உன் எழுத்தில்
உயிர் இருக்கிறது
உன் பேச்சில்
மணியோசை கேட்கிறது.
இன்று உனக்கு இன்பநாள்
உனக்கு மட்டுமல்ல;
உன் ஆணைகளை

ஏற்று நடக்கும்
எங்களுக்கும் இன்ப நாள்
ஏனென்றால்
நாங்கள் தானே
உனக்கு முடிசூட்டி
மகிழ்கின்றோம்.

ஆனால்-
நம்மிடம் நாளை
தோற்கப் போகும்
வஞ்சனையாளர்களுக்கு

இன்று
துன்பநாள்.

இரும்புப்படிவங்கள்
உருக்காகி, எஃகாகி
ஆயுதங்களாவது போல்
எங்கோ சிதறிக்கிடந்த
எங்களை
ஒன்று சேர்த்து
உருவாக்கி
ஆயுதங்களாக்கிய
பெருமை உன்னுடையது.

நாங்கள்
உனது கருவூலம்
எப்போது வேண்டுமானாலும்
எங்களைப் பயன்படுத்திக்கொள்
நாங்கள் தயார்!
இந்த-
நல்ல திருநாளில்
தாழ்ந்த குரலில்
எங்கள் பணிவான
வேண்டுகோள் -
ஆட்களைப் புரிந்துகொள்ள
உனக்கு

ஒரு நல்ல
அளவுகோல் தேவை
தேடிக் கொள்!
ஏனென்றால் -
உனக்குத்
துரோகம் செய்தவர்கள்
உன்
தோளிலேயே
உட்கார்ந்திருந்தவர்கள்
பாலில்
பத்துச் சொட்டுத் தண்ணீரைக்கூட
கலக்கலாம்
ஆனால்
ஒரு சொட்டுத்தானே என்று
நஞ்சைக் கலக்க இடம் தரலாமா?

❖❖❖

3. பொன்முடியும் போர்வாளும்!

குணமும், வடிவும் இருந்தால் ஒரு பெண் குடும்பத் தலைவியாவது சுலபம் என்பார்கள்.

அதைப் போல -

கொள்கையும், தகுதியான தலைமையும் இருந்தால் ஒரு கட்சி மிளிருவதை யாராலும் தடுக்க முடியாது.

சிறந்த கொள்கைகள் இருந்தும் தகுதியான தலைமை இல்லா விட்டாலும்,

சிறந்த தலைமை கிடைத்து, உருப்படியான கொள்கைகள் இல்லாவிட்டாலும் அரசியல் கட்சிகள் தலையெடுக்க முடியாது.

தி.மு.க விற்கு அந்த வறுமை என்றும் இருந்ததில்லை.

சிறந்த கொள்கைகளும், வலிமையான தலைமையும் இருப்பதாலேதான், கடும் உஷ்ணத்தையும், கடும் குளிரையும் தாங்கிக் கொண்டு தி.மு.க. தலை நிமிர்ந்து நடக்க முடிகிறது.

கட்சித் தலைமைக்கு -

பிரச்சினைகளை அணுக வேண்டிய முறை.

கொள்கைகளை விட்டுக் கொடுத்து விடாத உறுதி.

மக்களைத் திரட்டும் பேராற்றல்

இவைமூன்றும் இன்றியமையாத தேவைகள்.

இந்தத் தகுதிகளைப் பெற்ற தலைமை தற்போது தி.மு.க.விற்கு மட்டுமே கிடைத்திருக்கிறது.

அதனால்தான் தி.மு.க. தலைவர் பேசுகிறார் என்றால் சினிமா கவர்ச்சியையும் மிஞ்சக்கூடிய அளவிற்கு மக்கள் பேரலைகளாகத் திரண்டுவந்து குழுமிவிடுகிறார்கள்.

கழகத் தலைவர் கலைஞர் நான்காவது முறையாக தலைவராகத் தேர்ந்தெடுக்கப்பட்டிருக்கிறார். 1969இல் அவர் முதன்முறையாகத்

தேர்ந்தெடுக்கப்பட்டார். அப்போது அவருக்கு வயது 45 அல்லது 46 ஆக இருக்கும்.

தென்னிந்தியாவிலேயே மிகப்பெரிய கட்சியாக விளங்கும் தி.மு.க.விற்கு 45ஆவது வயதில் தலைவராக வருவது சாதாரண காரியமல்ல. குடிப்பெருமை, குலப்பெருமை இல்லாத கலைஞர் திமுகவிற்குத் தலைவராக வந்தது அவரது உழைப்பினாலேயேயன்றி வேறு எந்தக் கருணையினாலும் அல்ல. கட்சித் தொண்டராக இருந்து கட்சித் தலைவராக வந்தவர்கள் விரல் விட்டு எண்ணக்கூடிய மிகச் சிலர் தான்.

தென்னகத்தில் காமராஜர் ஒருவரைத்தான் குறிப்பிட முடியும். அடுத்தபடியாக நமக்குத் தெரிந்தவர் கலைஞர்தான்.

சில வேளைகளில் எதிர்பாராமல் சிலருக்குத் தலைமை ஸ்தானம் கிடைத்து விடுவதுண்டு. ஆனால் அவர்களால் அந்தப் பொறுப்பைத் தாங்கிக் கொள்ள முடிவதில்லை. அவர்களெல்லாம் ஏதோ ஒரு சூழ்நிலையில் தேர்ந்தெடுக்கப்பட்ட தலைவராகச் சில காலம் இருக்கலாமே தவிர, நிரந்தரத் தலைவராகத் திகழ முடியாது.

இவரைத் தவிர, கட்சியை நடத்திச்செல்ல நமக்கு வேறு தகுதியான தலைவர் இல்லையே என்று தொண்டர்களின் உள்ளொளி யாரை உணர்த்துகிறதோ அவர்தான் நிரந்தர தலைவராக ஒரு இயக்கத்திற்கு வரமுடியும் தகுதியில்லாமல் வேறு ஏதாவது ஒரு பலத்தின் மூலம் தலைவராகத் தேர்ந்தெடுக்கப்படுகிறவர்கள் குறிப்பிட்ட ஒரு காலக் கட்டத்திற்குள் தலைமைப் பொறுப்பை இழந்துவிடுவார்கள்.

கல்வியறிவைவிட, பட்டப் படிப்பைவிட, ஒரு தலைமைக்கு அவசியம் இருக்க வேண்டியது இணக்கமான இயல்பு.

அண்ணாவைவிட, கற்றவர்கள் இந்தியாவில் பலர் இருந்தார்கள். அண்ணாவுக்கு இணையாகப் பேசக் கூடியவர்களும் பலர் இருந்தும், அண்ணாவைப் போல அவர்களுக்கு ஒரு கட்சியை நடத்த வல்லமை இல்லை. காரணம் அண்ணாவிடம் மிகுந்து காணப்பட்ட இனிய இயல்புகள் அவர்களிடம் இல்லை.

இனிய இயல்புகள் என்பன - பார்க்கக் கூடாதவற்றைப் பார்க்காமல் இருப்பது. ஒருவேளை அவை கண்ணில் பட்டு விட்டாலும் பார்க்காதது போல இருந்துவிடுவது. பேசக் கூடாதவற்றைப் பேசத் தவிர்ப்பது கோபத்தை அடக்குவது - இந்த மூன்றும் தான்.

இந்த மூன்று சக்திகளுடன் ஆற்றலும் திறமையும் சேர்ந்து விட்டால் அவர்கள் நிகரற்ற தலைவராக உருவாகி விடுகிறார்கள். அவர்களைத்தான் தொண்டர்களின் உள்ளொளி சிறந்த தலைவர் என்று உணர்த்துகிறது.

நன்றாகச் சுடத் தெரிந்த ஒரு ஐ.பி.எஸ். அதிகாரியாலேயோ,

நன்றாக ஒரு கம்பெனியை நடத்தத் தெரிந்த ஒரு ஐ.ஏ.எஸ். அதிகாரியாலேயோ ஒரு அரசியல் கட்சியை நடத்த முடியாது.

❖

மேலே கோடிட்டுக் காட்டியுள்ள சூத்திரங்களின் அடிப்படையில் ஆராய்ந்தால் கலைஞர்தான் மிகச்சிறந்த அரசியல் தலைவராக நமக்குத் தோன்றுகிறார்.

மற்றபடி அவரது எழுத்துவண்ணம், பேச்சாற்றல், கடும் உழைப்பு இவைகள் அவரது தலைமைக்கு மேலும் மெருகு சேர்க்கின்றன.

தி.மு.க ஆளும் கட்சியாக இல்லாமல் இருந்தும்,

தி.மு.கவின் மீது அபாண்டமான பழிகளைச் சுமத்தியும்,

அதன் ஆணிவேர் பாதிக்கப்படாமல் காப்பாற்றப்பட்டு மீண்டும் துளிர்விட்டெழுந்தமைக்குக் கலைஞரின் தலைமைதான் பிரதானமான காரணம் என்றால் இந்திராகாந்தி கூடமறுக்க மாட்டார்.

கருணாநிதியின் கதை முடிந்துவிட்டது. அடுத்து எம்.ஜி.ஆர். தான் என்று கணக்கிட்டவர்களைக் கூட வியப்பில் ஆழ்த்தி மீண்டும் வீறிட்டெழுந்தவர் தலைவர் கலைஞர்.

அந்த மகாசக்தி, கலைஞரிடம் மண்டிக் கிடப்பதற்கு அம்பிகையின் அருளோ, ஆச்சாரியாரின் கடாட்சமோ காரணமல்ல. கொள்கைப் பிடிப்பும் தியாக உணர்வும் அவர் உள்ளத்தில் என்றும் அணையாத கனலாக எரிந்து கொண்டிருப்பதால் தான் அவரால் அநியாயத்தை எதிர்க்கவும், அடக்கு முறைகளைத் தாங்கவும் முடிகிறது.

1976-கலைஞருக்கு ஒரு கருப்பு வருடம் அவரது மனைவி மக்கள் அனைவருக்கும் சோதனை மிகுந்த ஆண்டு!

மகன் சிறையில்!

மருமகன் சிறையில்!

வீடுகள் சோதனை!

டி.வி.யில் துர்ப் பிரச்சாரம்!

கமிஷன் விசாரணை!

ஊழல் வழக்கு!

கூட இருந்தவர்களின் துரோகம்!

இத்தனைக்கும் மத்தியில் நீர்மூழ்கிக் கப்பலைப்போல் மூழ்கித் திளைத்துத் தப்பித்துக் கழகத்தைக் காப்பாற்றியவர் நமது தலைவர் கலைஞர்.

அந்த நேரத்தில் கலைஞர் மட்டும் கழகத்திற்குத் தலைவராக இல்லாதிருந்தால் -

தி.மு.க கலைக்கப்பட்டிருக்கும். அல்லது தி.மு.க வெறும் சமுதாய இயக்கமாக மாற்று உருக் கொண்டிருக்கும் அல்லது தி.மு.க அகில இந்தியக் கட்சியாக மாறியிருக்கும்.

அப்போது கல்லுக்குள் இருக்கும் (சிறைச்சாலையில் இருந்தவர்கள்) தேரைகளுக்கும், கருவுக்குள் இருக்கும் உயிர்களுக்கும் (தொண்டர்கள் குடும்பத்திற்கும்) உணவு, உடை வழங்கும் சத்வகுணபோதனாக இருந்து தமிழரின் வரலாற்றிற்கு அவப்பெயர் ஏற்படாமல் தடுத்தவர் கலைஞர் தான் என்றால் மாறாக எதிரிகள் கூட அதை மறுக்க மாட்டார்கள்.

இந்த நேரத்தில் ஒரு தடவை கலைஞர் உருக்கமாகவும் உணர்ச்சியோடும் கூறியதை எண்ணிப் பார்க்கிறேன்.

> “ஏதாவது சதி செய்து எதிரிகள் என் தலையில் இருக்கும் கிரீடத்தை (ஆட்சியை) வேண்டுமானால் அகற்றலாமே தவிர என் கையில் இருக்கும் போர்வாளை எவராலும் ஒடித்து விட முடியாது”

பொன்முடி - வரலாம், போகலாம். கலைஞர் கையில் போர்வாள் இருக்கும்வரை எங்களைப் போன்ற தொண்டர்களுக்குச் சபலமும் வராது சஞ்சலமும் வராது.

கலைஞரின் அறுபதாவது பிறந்த நாளில் அவருக்கு நாங்கள் அளிக்கும் பாமாலை இதுதான்.

வாழ்க கலைஞர்!

❖❖❖

4. மல்லிகையின் மகரந்தங்கள்!

“கலைஞர் வயதில் இளையவர்; எதற்கும் கவலைப்படவேண்டாம் என்று சொல்லுங்கள்."

பெரிய பத்திரிகைகள், உயர்ந்த ஜாதிக்காரர்கள், கட்சிக்குள் இருந்த கருங்காலிகள் எல்லாம் கலைஞரைக் கரித்துத் தின்று கொண்டிருந்த காலத்தில் மனச் சுத்தத்தோடு மேலே கூறியபடி என்னை அருகில் அழைத்துச் சொன்னவர் காலஞ் சென்ற மூக்கையாத் தேவர் அவர்கள்தான்.

கலைஞரை மனதார விரும்பியவர்களில் மூக்கையாத் தேவர் ஒருவரும் முக்கியமானவர்.

அவர் சொன்னபடி கலைஞர் இளையவர்தான். இன்று வயது 58 நடப்பானாலும் இன்றைய இந்திய அரசியலில் ஓங்கி உயர்ந்து நிற்கும் பிரதமர் இந்திரா காந்தியை விட மொரார்ஜி தேசாயை விட தேவராஜ் அர்சை விட நமது கலைஞர் வயதில் இளையவர்தான்.

ஆண்டில் இளையவரானாலும், ஒரு மாநிலக் கட்சித் தலைவரான கலைஞர் ஒரு அகில இந்தியக் கட்சித் தலைவரைக் காட்டிலும் மிகுதியான பிரச்சினைகளையும் சோதனைகளையும் கடந்து வந்தவர்.

கலைஞர் திறமைசாலி, எழுத்தாளர், பேச்சாளர் என்று ஒரே வரியில் சொல்லிவிடலாம். இவைகளுக்கெல்லாம் மேலானவை அவரது உள்ளமும் அதன் தாங்கும் சக்தியும் தான்.

வேறு ஒருவருக்கு இப்படி ஒரு பரீட்சை வந்திருந்தால் அவர் கேள்வித்தாளைப் பார்த்தவுடனேயே மயக்கம்போட்டு விழுந்திருப்பார். அப்படிப்பட்ட கட்டங்களிலெல்லாம் கலைஞர் இரும்புக் கவசம் அணிந்து நீர் மூழ்கிக் கப்பலைப் போல நீந்திக் கரை கண்டவர். மனம் விட்டுச் சொன்னால் 1976க்குப் பிறகுதான் கலைஞரை இந்திய உபகண்டம் ஒரு தேசியத் தலைவராக ஏற்றுக் கொண்டது. ஆம்; கலைஞர் தேசம் முழுவதும் அறிந்த தேசியத் தலைவரே தவிர தேசியம் பேசிய தேசியத் தலைவரல்ல! அதே

நேரத்தில் தேசியம் பேசுகிறவர்கள் எல்லாமே தேசியத் தலைவர்களாகி விட முடியுமா? அப்படியானால் 'வில் வைத்திருப்பவனெல்லாம் வில்லன்; வேல் வைத்திருப்பவன் எல்லாம் வேலன்!" என்றாகி விடுமே!

❖

முப்பதாண்டுகளுக்கு முன்பு நான் கலைஞருக்கு அறிமுகமானேன். அன்று முதல் இன்று வரை அவரது வளர்ச்சியைக் கூர்ந்து கவனித்து வருபவன் என்ற முறையில் கூறுவதானால் - அவரது வளர்ச்சிக்கு மூலகாரணங்கள் அவரது உழைப்பும், துரிதமான முடிவுகளும் தான் என்பேன்.

இதற்குக் கலைஞரே ஒருமுறை பதில் சொல்லியிருக்கிறார்! 'அவசர முடிவுக்கும், விரைவான முடிவுக்கும் வித்தியாசம் தெரியாதவர்கள் இன்னும் இருக்கிறார்கள்' என்று!

கலைஞரிடம் இன்னொரு மதிநுட்பம் உண்டு! எதிரிகளுக்கு வியூகம் வகுக்க இடம் தரவே மாட்டார் கலைஞர். அவனது படைகளை நகரவிடாமல், அவனது திட்டங்களைச் செயலாக்க விடாமல் அரசியல் 'செஸ்' விளையாடுவதில் கலைஞர் மிக்காரில்லாத திமிங்கலம் போன்றவர்.

கலைஞரைப் புலியாகவும் வர்ணிக்கலாம்; பூவாகவும் கொஞ்சி மகிழலாம். அதில் ஒன்று கீழே -

ஏ, மலரே

வெண்மையாக இருக்கும் உன் உடைகளுக்கு எங்கிருந்து

வந்தது இந்தக் கவர்ச்சி?

வண்ண மலரைக்கூட விரும்பாமல்

மகளிர் -

மல்லிகையை விரும்புவதின் மர்மம் இதுதானோ?

மாளிகை வாசலில் பூத்தால்

அந்த வீட்டு -

மங்கைக்கே சொந்தமாகி விடுவோம் என்று கழகமெனும்

நந்தவனத்தில் வந்து பூத்தாயோ!

ஏ, மல்லிகையே!

உன் இதழ்களின் மகரந்தங்கள் எங்களுக்குத் தேனாக இருக்கின்றன! சில நேரங்களில் அவையே எங்களுக்கு மருந்தாகவும் ஆகின்றன!

வியப்போடு கேட்கிறேன் -

அள்ள அள்ளக் குறையாத இவ்வளவு மகரந்தங்கள் உனக்கு எப்படிக் கிடைக்கின்றன?

பூவே!

மூக்கும், விழியும், நடையும், குரலும் இனிதாகப் பெற்ற தமிழ்ப்பூ நீ!

அதனால்தான் -

தமிழுக்கு ஆபத்து என்கிறபோது உன் இதழ்கள் வியர்க்கின்றன.

தமிழுக்கு ஆபத்து என்று புரளிகள் கிளம்பும் போது நீ ஏளனிக்கிறாய் மலரே.

உனது ஞாபகசக்தி பிரமிக்கத்தக்கது

சாமான்யத்திலி நீ

நண்பர்களையும் மறக்கமாட்டாய்!

எதிரிகளையும் மறக்கமாட்டாய்

மல்லிகையை ஒளித்துவைத்தாலும் அதன் மணம் அதை வெளிக்காட்டி விடுவதுபோல -

உன்னைச் சிறைக்குள்ளே பூட்டி வைத்தாலும்

ஊரெல்லாம் நீ மணக்கின்றாய்!

உண்மைதான்!

சூரியனைக் கண்டு மலர்வதில் நீ

சூரியகாந்தி!

ஆடவர் விரும்புவதில் நீ
அழகு ரோஜா!
கூந்தலுக்கு மணம் வழங்குவதில் நீ
குண்டுமல்லிகை!
எங்களுக்கோ நீ
விலை மதிக்க முடியாத வைரப்பூ!

❖❖❖

5. எல்லாம்வல்ல எதிர்க்கட்சித் தலைவர்!

இந்தியாவில் இயங்கிவரும் சட்டமன்றங்களில் கழகத் தலைவர் கலைஞர் ஒருவர்தான் முதலமைச்சராக இருந்து எதிர்க்கட்சித் தலைவராக விளங்குபவர். அதுவும் தமிழ் நாட்டில் இப்போது மட்டுமல்லாமல் எப்போதும் முதலமைச்சராக இருந்தவர்கள் எதிர்க்கட்சித் தலைவரானதாக வரலாறு இருந்ததில்லை. அதனால்தான் இருபதுக்கு மேற்பட்ட மாநிலங்களில் தற்போது இருந்துவரும் எந்த எதிர்க்கட்சித் தலைவருக்கும் இல்லாத பெயரும் புகழும் தலைவர் கலைஞருக்குக் கிடைத்திருக்கிறது. சென்னையில் வெளியாகும் ஆங்கிலப் பத்திரிகைகளிலிருந்து டில்லியில் வெளியாகும் ஆங்கிலப் பத்திரிகைகள் வரை "எம். கே." என்றால் தி.மு.க. தலைவர் கலைஞர் கருணாநிதிதான் என்று அனைவரும் புரிந்துகொள்ளத்தக்க அளவிற்கு இந்தியா முழுவதும் காற்றைப்போல் கலைஞரின் பெயர் வியாபித்திருக்கிறது.

கலைஞர் அளவிற்கு இன்று இந்தியா முழுவதும் பரவி நிற்கும் இன்னொரு எதிர்க்கட்சித் தலைவர் வாஜ்பாய்தான் என்றால் அது தவறில்லை. வாஜ்பாயின் கொள்கைகள் தி.மு.க.விற்கு முற்றிலும் முரண்பாடானவை என்றாலும்கூட மத்தியில் அவர்தான் கலைஞரைப் போல ஒளிவிட்டுக் கொண்டிருக்கிறார். அதற்கும் காரணம் இல்லாமல் இல்லை. இங்கே கலைஞர் எப்படித் தமிழைத் தேனாக, தென்றலாகப் பயன்படுத்துகிறாரோ அதுபோலத்தான் வடக்கே வாஜ்பாய் கவிதைபோல் இந்தியைப் பயன்படுத்தி இந்தி பேசும் மக்களிடத்தில் பெரும் புகழை ஈட்டிக் கொண்டிருக்கிறார். இந்தியாவெங்கணும் இந்திராகாந்தி அமோக வெற்றிபெற்ற போதும் டில்லியில் திரு. ஸ்டீபன் மட்டும் தோற்றதற்கு வாஜ்பாயின் மொழிவளம்தான் காரணம் என்பதை நான் மறைக்க விரும்பவில்லை.

❖

தி.மு.க ஒரு அரசியல் கட்சி மட்டுமல்ல - அது ஒரு சிறந்த அறிவியக்கம் என்பதற்கு அறிஞர் அண்ணாவின் ஆற்றலும், கலைஞரின் ஆற்றலுமே அழியாக் குன்றுகளான சான்றுகளாகும்.

தமிழகத்தில் பல பேர் முதலமைச்சர்களாகத் திகழ்ந்திருக்கிறார்கள். அவர்களில் அடக்கமாக இருந்து பணியாற்றியவர்களுமுண்டு. எதிர்க்கட்சிகளுக்குத் துளியும் இடம் தராமல் கடின சித்தத்துடன் பணியாற்றியவர்களுமுண்டு. ஆனால், அவர்களில் யாரும் எதிர்க்கட்சித் தலைவராக வந்ததில்லை. இன்னும் உள்ளே நுழைந்து ஆராய்ந்தால் கேரளத்தில் நம்பூதிரிபாட் தவிர மறுபடியும் சட்டமன்றத்திற்குக் கூடப் பெரும்பாலோர் வந்ததில்லை என்பது தெளிவாகும்.

இதில் கலைஞர் மட்டும் தமிழ்நாட்டு அரசியல் வரலாற்றில் விதிவிலக்காக அமைந்து தமிழ்நாட்டு மக்களுக்கு ஒரு விடிவிளக்காகச் சுடர்விட்டுக் கொண்டிருக்கிறார்.

ஆளும் கட்சித் தலைவராக இருந்து அதிகாரம் என்னும் கூரிய கொம்புகளுடன் மணிக் காளையாக மைதானத்தில் நடைபோடுவது சுலபம். ஆனால், அதே மணிக்காளையின் திமிலைப்பிடித்து அதை அடக்கும் மாவீரனாக விளங்குவது சுலபமல்ல. அந்தக் காளையின் நெளிவு சுளிவுகளையறித்து தெரிந்து வைத்திருந்தால்தான் அந்தக் காளையை அடக்க முடியும். ஆம்; அந்த நுணுக்கத்தை அறிந்தவர் கலைஞர். அந்த நுணுக்கம் கலைஞருக்கு எப்படித் தெரிந்தது? அவர் முதலமைச்சராகப் பல ஆண்டுகாலம் பணியாற்றியிருந்ததால் கிடைத்த அனுபவம்! நேருவின் காலத்தில் திரு. எச்.வி. காமத் இப்படித்தான் பிரகாசித்தார். ஆனால், அவரது ஒளி பத்திரிகைகளோடு நின்றுவிட்டன. மக்களுக்குப் போய்ச் சேரவில்லை. ஏனென்றால் மக்களிடம் சொல்ல அவர், கலைஞரைப் போல சொல் வல்லரல்ல; கலைஞரைப் போல எழுத்து வேந்தல்ல. கலைஞரிடம் இருப்பது போன்ற வலுவான இயக்கம் அவருக்கு இல்லை; காமத் நல்ல பார்லிமெண்டேரியனே தவிர அவர் மக்கள் தலைவரல்ல! கலைஞருக்கு அந்தச் சிறப்புகளும் சேர்ந்துதான் அவரைக் காந்த விளக்காக்கி வைத்திருக்கின்றன!

❖

தலைவர் கலைஞர் அண்ணாவின் ஆற்றலை அச்சுக்குலையாமல் அப்படியே பெற்றிருக்கிறார். சட்டமன்றத்திற்குள் நுழையும்போது தன் நெஞ்சத்தையே அறிவுப் பெட்டகமாக்கிக் கொண்டு வரும்

பேராண்மையை அண்ணா பெற்றிருந்தார். அந்தச் சக்தியில் துளியும் ஜீவன் குறையாமல் அதே சக்தியைக் கலைஞரும் பெற்றிருக்கிறார். சட்டமன்றத்தில் பேசிக் கொண்டிருக்கும்போது மாற்றாரின் குறுக்கீடுகள் ஏற்பட்டால் உடனுக்குடன் அந்தத் தருணத்தில் (Presence of Mind) சமயோஜித மதிநுட்பத்துடன் பதில் கூறும் அபூர்வத் திறமை கலைஞருக்கு இயற்கையிலேயே அழியாச் செல்வமாகக் கிடைத்திருக்கிறது. மன்றத்தில் வேறு யாராவது சூடாகக் குறுக்கிட்டாலும் அதே தொனியில் திருப்பித் (Retort) தாக்குவதில் கலைஞருக்கு நிகராக யாரும் இதுவரை தோன்றவில்லை.

எதிர்க்கட்சித் தலைவர் இப்படி சர்வ வல்லமை பெற்றிருப்பதைத் தாங்கிக் கொள்ள முடியாத ஆளுங்கட்சியினர். எதிர்க்கட்சித் தலைவரை மாற்ற வேண்டும் என்று ஊளையிடுகிறார்கள். அப்படி ஊளையிட்டவர்களில் ஒருவர் பல கட்சிகளைக் கண்டவர். ஐவருக்கு மனைவியானவள் அழியாத பத்தினியை நையாண்டி செய்து பார்க்கிறாள்(ர்). அந்த நபர்-நேற்று ‘தமிழ்நாட்டின் கிட்டூர்’ (கிட்டூர் என்பவர் ஆபாசமான நடவடிக்கைகளைக் கொண்ட ஒரு அயல்நாட்டுக்காரர்) என்று தன் வாயாலேயே வர்ணிக்கப்பட்டவரை இன்று தனக்கு ஆணையிடும் பொறுப்பில் அமர்த்திக் கைகட்டி நிற்கும் ஈன ஜென்மத்தின் பட்டியலில் சேர்க்கப்பட வேண்டியவர். அறிஞர் அண்ணா சட்டமன்றத்தில் இருக்கும்போது அண்ணாவின் எழுத்தாற்றலை ஒரு மந்திரி கிண்டல் செய்து பேசினார். அதற்கு அண்ணா அவர்கள் “என்னுடைய எழுத்தை என்னைவிட அதிகமாகப் புத்தகங்கள் எழுதியவர்கள்தான் விமர்சனம் செய்ய வேண்டுமே தவிர, அரசாங்கச் செலவில் பவனிவரும் ‘ஊர் சுற்றிகள்’ பேசக்கூடாது” என்று கூறினார். தலைவர் கலைஞரும் அதே ராகத்திலேதான் இடித்துக் காட்டியிருக்கிறார்- “எதிர்க்கட்சித் தலைவருக்குக் கண்ணியம் வேண்டுமா? கண்ணியம் என்றால் பல கட்சிகள் மாறுவதா?” என்று குத்திக் காட்டினார். எதிரி ஊமையாகிவிட்டார்.

❖

அரசாங்கத்தின் சட்டங்களை அல்லது உத்தரவுகளை மட்டும் விமர்சனம் செய்வதுதான் எதிர்க்கட்சித் தலைவரின் கடமை என்றில்லை. அரசாங்கம் ரகசியமாகச் செய்யும் தவறுகளையும் தடம் கண்டுபிடித்து அவைகளை ஆதாரத்தோடு அம்பலப்படுத்துவதும் எதிர்க்கட்சித் தலைவரின் முக்கியமான கடமை என்பதையும்

தலைவர் கலைஞர் மெய்ப்பித்துக் காட்டி வருகிறார்.

ஏற்கெனவே ஒருமுறை முதலமைச்சர் எம்.ஜி.ஆரின் வீட்டு வாடகை விவகாரத்தைச் சட்டமன்றத்தில் ஆதாரப்பூர்வமாக அம்பலப்படுத்தினார். இவ்வளவு ஆதாரங்கள் எதிர்க்கட்சித் தலைவருக்கு எப்படிக் கிடைக்கின்றன என்று அன்றைக்கே மந்திரிசபை வியந்தது. இந்தச் சட்டமன்றக் கூட்டத்தில் எரிசாராய ஊழல் சம்பந்தப்பட்ட கோப்பின் நகலையே கலைஞர் படித்துக் காட்டினார். அன்று வியந்த மந்திரிகள் இன்று திகைப்பில் ஆழ்ந்தார்கள். இதைப் பார்த்த ஒரு அமைச்சர் "கோப்புகளைப் படித்துக் காட்டுவது முறையா? எதிர்க்கட்சித் தலைவருக்கு இவைகள் எப்படிக் கிடைக்கின்றன?" என்று கேட்டு சபாநாயகரின் பதிலால் சங்கடத்திற்குள்ளாகியிருக்கிறார். பதில் சொல்ல வேறு வழியில்லாத சபாநாயகர் "கோப்புகளைப் பாதுகாக்க வேண்டியதுதான் உங்கள் கடமையே தவிர அதை எதிர்க்கட்சித் தலைவர் இங்கே படிப்பது எப்படித் தவறாகும்?" என்ற முறையில் பதில் சொல்லிவிட்டார். ஆக எதிர்க்கட்சித்தலைவர் கலைஞர் 'துப்பறியும் சாம்பு'வாகவும் விளங்குகிறார் என்பது புலனாகி விட்டது.

❖

தற்போதைய தமிழ்நாடுச் சட்டமன்றத்தில் எத்தனையோ விநோதங்கள் நடந்திருக்கின்றன. அவைகளில் பிரதானமான விநோதம் முதலமைச்சர் பேச்சே சபைக்குறிப்பிலிருந்து (Expel) நீக்கப்பட்டதுதான். பேசக் கூடாததைப் பேசினால், சொல்லக்கூடாத வார்த்தைகளைப் பயன்படுத்தினால் அவைகளை நீக்குவதற்குச் சபாநாயகருக்கு உரிமை உண்டு. ஒருமுறை சட்டமன்ற மேலவையில் முதலமைச்சர் எம்.ஜி.ஆர். ஒரு மணிநேரம் பேசக்கூடாததைப் பேசியதால் சபையின் முன்னவர் எழுந்திருந்து 'இதுவரை முதல்வர் பேசிய பேச்சுக்களைச் சபைக் குறிப்பிலிருந்து நீக்கிவிட வேண்டுகிறேன்' எனக் குறிப்பிட்டார். அதற்குப் பிறகுதான் முதல்வருக்கே தெரிந்திருக்கிறது இதுவரை தான் பேசியது அனைத்தும் பேசக்கூடாத பேச்சு-என்று! ஆளும் கட்சித் தலைவராக இருக்கும்போதே இந்த 'அழகு' என்றால் எதிர்க்கட்சித் தலைவராக அவர் இருந்தால் அவர் பேச்சில் 'பேரழகு' மின்னியிருக்கும். இந்த வகையிலும் தலைவர் கலைஞர் தன்னிகரற்று விளங்கி வருபவர். சுமார் கால் நூற்றாண்டுக் காலமாகக் கலைஞர் சட்டமன்றத்தில் இருந்து வருகிறார்; இதுவரை அவர் எண்ணற்ற உணர்ச்சிமிகு உரைகளைச் சபையில் நிகழ்த்தியிருக்கின்றார். அவரை எத்தனையோ

முறை கோபப்படுத்த முயன்றிருக்கிறார்கள். அதற்காகக் கலைஞர் கோபப்பட்டுத் தகாத (*Unparlimentary Words*) வார்த்தைகளைக் கொட்டியதுமில்லை. அவருடைய பேச்சின் எந்தப் பகுதியும் இதுகாறும் நீக்கப் (*Expel*) பட்டதுமில்லை. ஒரு சிறந்த பார்லிமெண்டேரியனுக்கு இதுதான் பிரதானமான தகுதியாகும். இதிலும் தலைவர் கலைஞர் தலைநிமிர்ந்து தெரிகிறார்.

ஆளும் கட்சியைச் சார்ந்த அவைமுன்னவருக்கு அல்லது முதலமைச்சருக்கு அரசாங்க அதிகாரிகளின் குறிப்புக்களைத் தயார் செய்து கொடுப்பார்கள். அதை வைத்துக் கொண்டு தான் சர்க்கார் தரப்பில் பதில் சொல்லுவார்கள். எதிர்க்கட்சித் தலைவருக்கு அந்த வாய்ப்பு இல்லை. தாமாகத்தான் தேடிப்பிடித்து ஆதாரங்களைக் கொண்டு செல்லவேண்டும். அவ்வாறு நாட்டு நடப்புகளைச் சேகரித்து வைத்துக் கொள்வதிலும் கலைஞர் வல்லவர்தான். "இன்று கலைஞர் சாமான்யமாக விடமாட்டார்" என்று ஆளும் கட்சியினர் புரிந்து கொண்டால் கலைஞரைக் கோபப்படுத்தி அவரைத் திசைத் திருப்பிவிட நினைப்பார்கள். இந்தத் திட்டம் எப்படியாவது கலைஞருக்குத் தெரிந்துவிடும் உடனே அவர் மாற்றான் வலிவை அறிந்து தன் வலிவைப் பெருக்கிக் கொண்டு விடுவார்.

அதற்கு ஒரு உதாரணம் - இப்போது நடத்து முடிந்த சட்டமன்றத் தொடர் கூட்டத்தில் எல்லோரும் கருப்பொருளாக எடுத்துக் கொண்டு பேசியது எரிசாராய ஊழலைப் பற்றித்தான். இதுபற்றிக் கலைஞர் ஏராளமான ஆதாரங்களை வைத்திருக்கிறார் என்று ஆளும் கட்சி அறிந்து கொண்டது. ஆகையால் அவரைச் சமாளிப்பதற்கு ஏதாவது ஒரு யுக்தியைக் கையாளக் கருதிய ஆளும் கட்சியினர் இடையிடையே குறுக்கீடு செய்து கலைஞருக்கு ஆத்திரமூட்டிவிடத் தீர்மானித்தார்கள் போலும், இது கலைஞருக்குத் தெரிந்து விட்டது உடனே கலைஞரும் பொதுச்செயலாளரும் கலந்து பேசி ஆளும் கட்சியின் 'விரக்தி' ஏற்பாட்டிற்கு மாற்று உபாயம் ஒன்றைச் செய்துகொள்ளத் தீர்மானித்துக் கொண்டனர். குறுக்கீடுகளுக்குக் கலைஞர் பதில் சொல்லுவதில்லை என்றும், குறுக்கீடுகளுக்குப் பேராசிரியர்தான் பதில் சொல்லுவதென்றும் முடிவு செய்து கொண்டபடி சென்ற வாரம் சட்டமன்றத்தில் கவர்னர் உரைக்கு கலைஞர் சுமார் 120 நிமிட நேரம் குறுக்கீடுகளைப் பொருட்படுத்தாமல் பேருரையாற்றினார். கூச்சல், குழப்பம் எதையும் கலைஞர் காதில்போட்டுக்கொள்ளவில்லை. பேராசிரியர் இடைமறித்து குறுக்கீடுகளையும் கூச்சல்களையும் கண்டதுண்டமாக

வெட்டித் தூக்கியெறிந்து விட்டார். கலைஞர் தான் சொல்ல வேண்டிய கருத்துக்களையும் வாதங்களையும் நிதானமாக எடுத்து வைத்து ஆளும் கட்சியையும் முதலமைச்சரையும் பெருமூச்சடையச் செய்து காட்டினார்.

❖

கலைஞர் மரபுகளை மீறாத எதிர்க்கட்சித் தலைவர், சபையில் இருதரப்பினரும் சூடான வார்த்தைகளைப் பரிமாறிக் கொள்ளும் கட்டங்களில் தனது சகாக்களைக் குறிப்பிட்ட எல்லைக் கோட்டுக்கு மேல் தாண்ட விடமாட்டார்.

தவறுகளைத் திருத்திக்கொள்ளும் பெருந்தன்மை மெஜாரிட்டியாக உள்ள ஆளும் கட்சிக்குத்தான் மிகவும் அவசியம். எதிர்க்கட்சி கூடத் தவறுகளைப் பிடிவாதமாக நிலைநாட்ட முயற்சிக்கலாம்; ஆனால் கலைஞர் இதற்கும் விதிவிலக்கு; அவர் முதலமைச்சராக இருந்த காலத்தில் கூட, எதிர்க்கட்சிகள் கூறும் நியாயமான கூற்றுகளை ஏற்றுக் கொண்டிருக்கிறார். அதைப்போல இப்போது எதிர்க்கட்சித் தலைவரான பிறகுகூடச் சில முக்கிய முடிவுகளைக் கலைஞர் வரவேற்றிருக்கிறார். அதற்கு முதலமைச்சர் கூட, நன்றி பாராட்டியிருக்கிறார். கலைஞர் வன்கண்மை பாராட்டாதவர் என்பதற்கு இப்படி எத்தனையோ சான்றுகளைச் சொல்லலாம்.

இவ்வளவு சிறப்புக்கள் இருந்தும் ஆளும் கட்சியினர் கலைஞர் மீது எரிந்து விழக்காரணம் என்ன? வேறு காரணம் எதுவும் இல்லை - கலைஞர் அவ்வளவு திறமையாக இருப்பதுதான் காரணம்.

“தமிழ்நாட்டில்.அ.இஅதிமு.க. அரசைப்பொறுத்தவரை அதன் முக்கிய எதிர்க்கட்சியாக விளங்குவது தி.மு.க.தான் என்றாலும் அதன் தலைவர் கருணாநிதிதான் அவர்களுக்குப் பிரதானமாகத் தெரிகிறது. சட்டசபைக்கு உள்ளேயும் வெளியேயும் தலையாய எதிர்க்கட்சித் தலைவராக இருந்து அரசின் சின்னச் சின்னத் தவறுகளைக் கூடச் சுட்டிக்காட்டுவதில் சமர்த்தராக இருக்கிறார். அதனால்தான் தமிழ்நாட்டில் எங்கே எந்தப் பிரச்சினை போராட்டம் தோன்றினாலும் அதற்குப்பின் கருணாநிதிதான் இருந்து சாவி கொடுத்துக் கொண்டிருக்கிறார் என்று எம்.ஜி.ஆரும் அவரது சகாக்களும் பேசி வருகிறார்கள்.”

இது ஒரு பிரதான அரசியல் விமர்சகரின் பத்திரிகைக் குறிப்பு:

உண்மைதான்: எல்லாப் பிரச்சினைகளையும் கலைஞர்

சுட்டிக்காட்டுவதால்தான் எல்லாவற்றையும் தூண்டிவிடுகிறவர் கலைஞர் என்கிறார்கள்.

எல்லாப் பிரச்சினைகளும் கலைஞருக்கு எப்படித் தெரிகின்றன?

இதற்கும் அதே விமர்சகர் பதில் கூறியிருக்கிறார்:

"கருணாநிதியைப் பொறுத்தமட்டில் ஏழு வருஷம் முதல்வராக இருந்த அனுபவம்! எங்கே எந்தத் துறையில் ஊழல் நடக்கும் என்பது அவருக்கு அத்துபடி! அதோடு, அவரால் நியமனம் செய்யப்பட்ட ஊழியர்கள் வேறு! ஆகவே என்ன விஷயம் எங்கே நடந்தாலும் அவருக்கு உடனுக்குடன் வந்து விடுகிற வாய்ப்பு... அது மட்டுமல்ல: கிராமத்திற்கு கிராமம் தி.மு.க. கிளைகள் இருக்கின்றன; தொண்டர்கள் இருக்கிறார்கள்; அதனால் அங்கங்கே நடக்கிற விஷயங்களும் அவர் மேஜை தேடி வந்து விழுகின்றன." இதுவும் அதே பத்திரிகையின் குறிப்புதான்!

இத்தனை சிறப்புகளுக்கும் உரியவராக இருக்கும் கலைஞர் தி.மு.க.வின் தலைவராக இருப்பதால்தான் தி.மு.க. பூதாகரமான சோதனைகளைப் பூப்பந்தாட்டம் போல ஆடி வெற்றி கொள்ள முடிந்தது.

வாழ்க கலைஞர்!

❖❖❖

6. கிழக்கு வெளுக்கிறது!

தேவனே,

தெய்வத் திருநகராம் மதுரையம்பதி

உன்னை -

ஆராதித்து வரவேற்கக் காத்திருக்கிறது.

நெப்போலியனைப் போல -

அலெக்சாண்டரைப் போல -

நீ அஞ்சா நெஞ்சன் என்பதற்காக மட்டுமல்ல;

திருமலைநாயக்கரைப் போல

நீதான் -

மதுரையை மறுபடியும் எழிலகமாக்கினாய் என்பதற்காகவும்!

உண்மையும் அதுதான்,

வைகையின் தென்கரை திருமலையால் ஏற்றம்பெற்றது. வைகையின் வடகரையோ உன்னால்தான் வளம் பெற்றது.

நாயக்கரால் எழுந்தது -

திருமலை நாயக்கர் மஹால்.

நாயக்கரால் கட்டப்பட்டது -

புது மண்டப மாளிகை

நாயக்கரால் புதுப்பிக்கப்பட்டவை,

மீனாட்சி கோயில் திருப்பணிகள்;
நாயக்கரால் வெட்டப்பட்டது,
வண்டியூர் தெப்பக்குளம்.
நீ இருக்கிறாயே -
தென்கரைக்கு இவை போதும் என்றெண்ணி
வடகரைக்குள் புகுந்து விட்டாய்.
அறிஞர் அண்ணா மாளிகை -
கலைஞர் கருணாநிதி ஸ்டேடியம் -
கலைஞர் நகர், அண்ணா நகர் -
சட்டக் கல்லூரிக் கட்டிடம் -
தமிழிசைச் சங்கத்திற்கு இடம் -
வக்போர்டு கல்லூரிக்கு இடம் -
தந்தை பெரியார் நினைவு வளைவு -
அனைத்தையும் உருவாக்கி
அழியாப்புகழ் பெற்றவன் நீ
வரலாறுகள், கல்வெட்டுக்கள் போன்றவை
எந்த ஆட்சியாலும் இந்த வரலாற்றை
மாற்றிவிட முடியாது.

❖

ஆசியாவில் உயர்ந்த சிலை
மதுரையில் உள்ள தேவர் சிலை
அந்த சிலைக்கும் உனக்கும்
அதிசயத் தொடர்பு உண்டு!
அடிக்கல்லைப் பார்த்தாலே
அனைவருக்கும் புரியும்.

❖

"அழகர் வரும் பாதையிலா 'ஐயா' சிலை?
அர்ச்சகர்கள் ஆர்ப்பரித்தார்கள்,
"அழகருக்கே 'ஐயா' தான் பாதுகாப்பு
அர்ச்சகரா பாதுகாப்பு?" என்றுரைத்த நீ
ஐயாவை வடக்குவாசல் "எஸ்.பி" யாக
நிறுத்திவைத்த பெருமை உன்னுடையதே!

❖

நீ ஒரு வித்தகன்
கவிஞர்களின் பாணியில்
கூறுவதானால் -
விறகுக் கட்டைகளைக் கூட
உன்னால் -
வீணையாக்கி விடமுடிகிறது.

உன் கையில் உள்ளவரை
போக்கிரி, புத்தனாக உலவுகிறான்;
உன்னை விட்டுப் போய் விட்டாலோ
அவனே -
சோடா பாட்டில் தூக்கும்
சோதாவாகி விடுகிறான்
இதுகால வித்தியாசமா?
அல்லது -
கிரகங்களின் சஞ்சாரமா என்பதை
எதிர்காலம் எடுத்துரைக்கும்.

❖

தேவனே,

வினையோடு விளையாடித்
தப்பித்ததுண்டா - என்போர்
நீ -
தீயோடு போராடி தப்பித்த தமிழன்
என்பதை அறியாதார்களே!

❖

கழகத்திற்குக் கிடைத்த
கிருகலெட்சுமி நீ!
உன்னைக் கைப்பிடித்ததால்தான்
எங்களின் -
மனப்பெட்டிகள் நிரம்பி வழிகின்றன.
சுபவேளை பார்த்தோ, அபசகுனம் நீக்கியோ
நாங்கள் உன்னைத் தேடிப் பிடிக்கவில்லை.
ஆபத்து நேரத்தில் அடைக்கலம் தந்தாய் நீ!
அன்றைக்கே ஏற்றோம் அருமைத் தலைவனாக உன்னை!
அதிகார போதை கூட உன்னை ஆட்டிப் படைத்ததில்லை
ஆனால்-
சதிகாரக்கும்பல் உன்னைச்
சித்திரவதை செய்தது!
'சாமியைக் கும்பிடும் மாமி'
சங்கிலியைக் குறி வைப்பதைப் போல்
உன்னைச் சுற்றிய கூட்டம் வெண்ணை திருடும்
கண்ணன்களாகின்றனர்.

ஒரு கவிதை - புதுக்கவிதை- பலராமன் எழுதியது:
"வரிகட்டுவதை வசதியாய்

மறக்கத் தெரிந்தவர் வர்த்தக மந்திரி
சட்டத்தின் சந்து பொந்துகளில்
நுழைந்து
சம்பாதிக்கத் தெரிந்தவர் சட்ட மந்திரி
காட்டிக் கொடுத்த
கருங்காலியாகும்
கலையைத் தெரிந்தவர்
தொழிலாளர் நல மந்திரி
எதுவும் தெரியாமல்
எல்லாம் தெரிந்தவர் முதல் மந்திரி”

இந்தக்காலத்தில் நீ எதிர்க்கட்சித் தலைவன்!
எரிச்சல் வராதா அவர்களுக்கு
அதனால்தான் -
நாம் ஐம்பதாக இருந்தபோதே
அடக்கமாக இருந்தவர்கள்
நாம் -
நாற்பதாக வந்தவுடன் சருகாய்ப் பறக்கிறார்கள்.
காரணம் என்ன?
எங்குப் பார்த்தாலும் உன் குரல் ஒலிக்கிறது
நதிகள், நந்தவனங்கள், காடுகள், மலைகள்
எல்லாவற்றிலும் உன் முழக்கங்கள் எதிரொலிக்கின்றன.
ஆனால் எங்களுக்கோ உன் புன்சிரிப்பு
பூமியெங்கும் பரவிக்கிடக்கும்
பூ விரிப்பாக விரிந்து தெரிகிறது
ஆம்: நீ செல்லுமிடமெங்கும் புன்னகைப் பூக்கள்

மக்களின் மகிழ்ச்சி ஆரவாரம்!
ஏன் தெரியுமா?
காருக்குள் இருந்து கொண்டு
கண்ணாடியை ஏற்றிக்கொள்ளும்
ரகசிய மனிதனல்ல நீ!
கொக்குகளின் இறக்கைகளைப்போல்
கையசைக்கும் கோடான கோடி உள்ளங்களை
கரம் அசைத்துக் குளிரவைக்கும் தனித்தலைவன் நீ
உனக்கு வரவேற்பு என்றால்
எதிரிக்கு நடுக்கம் ஏன்?
அது-
அவர்களுக்கு அஸ்தமனத்தின் அறிகுறி
நமக்கோ சூரியோதயத்தின் சாயல்!
கருப்பு அழிவது தெரிகிறது
கிழக்கு வெளுப்பது புரிகிறது
சோழனைத் தாங்கிவரும் பாண்டியனே!
உனக்கு நன்றி கூறி வரவேற்கிறோம்
எங்கள் தலைவனை!
வருக! வருக!

(மதுரையில் தமிழினத்தலைவர் கலைஞரின் எடைக்கு எடை நாணயம் வழங்கும் விழா 19-10-80)

❖❖❖

7. எனக்குள் இருக்கும் என்னவனே!

எனக்குள்
நிறைந்திருக்கும்
என்னவனே
உன்னைப்பற்றி
ஒரு கணம் கூட
நான் -
மறந்திருக்காததால்
உன்னைப்பற்றி
நான்
நினைத்துப்பார்க்க
வேண்டியதில்லை.
இருதயத்தையும்
மூளையையும்
சம்பந்தப்படுத்தும்
இரத்த ஓட்டமாக
நீ இருக்கும்போது
உனக்கு
நான்
புத்தாண்டு வாழ்த்துக்
கூறிடவும் வேண்டுமா?

சம்பிரதாயத்திற்காகச்
சொல்கிறேன் -
"புதிய ஆண்டில்
நீ காட்டும்
புதிய பாதையில்
நாங்கள்
நடை போட
ஒருபோதும் -
தயங்க மாட்டோம்;
எங்களை
வாழ்த்தியனுப்பு!"

❖

உனக்கு
இப்போது மீண்டும்
ஒரு பொற்காலம்
உதயமாகிறது
நேற்று -
"அவன் கிடக்கிறான்" -
என்றவர்கள்
இன்று -
"என்ன இருந்தாலும்
அவன் அவன்தான்"
என்கிற காலம்
வந்துவிட்டது
ஆகவே -

எனக்குள்
நிறைந்திருக்கும்
என்னவனே
உன் ஆயுளைக்
கணித்தவர்களின்
ஆயுளையே
கணிக்கும்நேரம்
நெருங்கி விட்டது
வாழ்க உன் தொண்டு!
வளர்க உன் ஆயுள்!

❖

என் உள்ளத்தில்
என் இல்லத்தில் -
உன் ஓவியம்
ஜொலிக்கிறது
பிறகு -
நீ வேறு
நான் வேறாக
எப்படிப்
பிரிந்திருக்க முடியும்
ஒரு வேளை -
கோவலனைப்பற்றி
மாதவி
நினைக்காதிருந்தால் -
துஷ்யந்தன் நினைவு
சகுந்தலைக்கு வராமல்

போனால்
உன்னைப் பற்றியும்

திட்டமில்லாத
செயல்களும்
செயல்பட இயலாத
திட்டங்களும்
நீஎன்றும்
விரும்பாதவை!
திட்டமிட வேண்டும்;
அதையும்
உடனே
செயல் படுத்த வேண்டும்
என்பதே
உனது போர்முறை.

என்னவளே
அந்த போர் முறைதான்
ஒரு நச்சு மரத்தையே
சாய்க்கத் தொடங்கி
இருக்கிறது.
மரம்
முறிவது கேட்கிறது.
பறவைகள்
அலறுவது தெரிகிறது.
லஞ்சம் -

வஞ்சம் -

பஞ்சம் -

இப்படி

மூன்று பேய்களும்

பிடித்தமரம்

முறியட்டும்

என்றும்

மூத்தவர்கள்

குளவை

இடுகிறார்கள்.

எனக்குள்

நிறைந்திருக்கும்

என்னவளே

நீ வாழ்க!

உன் ஆயுள்

பெருகட்டும்

இதுவே -

என் புத்தாண்டு

வாழ்த்துக்கள்!

8. மாணிக்கமாலை!

அவன் ஓர் ஆலமரம்.
அந்த ஆலமரத்தின் நிழலில் எண்ணற்ற குடும்பங்கள்
நிம்மதியாக உறங்கிக் கொண்டிருக்கின்றன.

அவன் ஒரு தனிப்பிறவி.
பருமனில் புன்னைமரம் போல் இருந்தாலும்
பண்பில் தென்னைமரம் போல் உயர்ந்தவன்.

அவன் கவர்ச்சியானவன்.
அமெரிக்காவைப் போல் கோணல் வகுடும் இல்லை;
ரஷ்யாவைப் போல் முழுவழுக்கையுமில்லை!

தாய்மொழி அவனுக்குக் கனிமொழி,
இலக்கியங்களே அவனுக்கு உணவு,
கோபுரங்கள் அவன் புகழைப் பாடுகின்றன.
ஆலயங்களின் தமிழோசையில் அவன் நாமம் மிதக்கிறது.
சிற்பங்களும், சிலைகளும் அவனைப்பற்றியே
கிசுகிசுக்கின்றன.
கரிகால் சோழனும், நரசிம்மபல்லவனும்
அவன் உள்ளத்தில் கூட்டாட்சி நடத்துகின்றனர்.

கல்லிலே கலைவண்ணம் கண்டவன் அவன்.
'பொன்னி' அவனை நம்பியே வாழ்கிறாள்.
பொன்னி நாட்டின் ஜாதகமும் அவன் கையிலேதான் தவழ்கிறது.
மணிக்கதிர்கள் தங்கள் பேரப்பிள்ளைகளுக்காக அவளது தாயுள்ளத்தையே எதிர் நோக்கியிருக்கின்றன.

அவன் இரக்கமுள்ளவன்.
அவன் வருகைக்காகத் தினந்தோறும் மருத்துவமனைப் படிக்கட்டுகள் சுத்தப்படுத்தப்படுகின்றன.

பிணியாளர்களும், அவர்களுக்கு கடனாற்றும் பணியாளர்களும் அவனது காலடி ஓசைக்காகக் காத்திருக்கின்றனர்.
கருணைவழங்குவதில் - மந்திரி, மக்கள் என்று அவன் பார்ப்பதில்லை.

அவன் ஏழைப் பங்காளன்தான்! ஆனால் ஏழையின் துன்பத்தில் மட்டுமே அவன் பங்கு கேட்பான்!
அவனுக்குத் துயரங்களைத் தெரியும்.
துயரங்கள் அவனது பால்ய நண்பர்கள்
வறுமையைப் பற்றியும் அவன் அறிவான்;
பிள்ளைப் பிராயத்திலேயே அவன் வறுமையை எதிர்த்து வெற்றி கண்டவன்!

அவன் கடும் உழைப்பாளி!

உண்மையிலேயே ‘உழைக்கும் கரங்கள்’
அவன் கரங்கள்!
கோடானு கோடி இளைஞர்களைக் கொதித்தெழ
எழுதிய கரங்கள் அவன் கரங்கள்!
அவன் நாக்கு ஒரு காந்த வில்லை.
அதன் அசைவிற்குப் பணியாற்றத் துடிக்கும்
ஆற்றல் மறவர் ஆயிரம் ஆயிரம்!

அவன் நேர்மையாளன்.
அவன் பார்வையில், நண்பர், பகைவர்
என்ற பாகுபாடு இல்லை.
அவன் நாணயத்தில் சந்தேகத்திற்கு
அப்பாற்பட்டவன்.

அவன் நாணயத்தை எதிரிகளும் புகழ்கின்றனர்.
அவன் சுமக்கும் பாரத்தைக் கற்றோர் வயிக்கின்றனர்.
தாக்குதல்கள் அவனை நெருங்கியதில்லை.
அவனுக்கு எதிரான விமர்சனங்கள்
எச்சில் இலைகளாகிவிட்டன.
அவனுக்கு அணியும் மலர் மாலைகள்
மாணிக்க மாலைகளாகி வருகின்றன.
அவன் நீதிக்கு முன்னால் பணியாளன்;
அநீதியை எதிர்ப்பதில் இராவணன்.
மலையை எதிர்க்கும் மாமலை!
கடலை எதிர்க்கும் மகாசமுத்திரம்!

அவன் மதுரையை நிகர்த்த மனிதன்.
மதுரையும் தூங்குவதில்லை. அவனும் தூங்குவதில்லை.
அவன் மூளை கலங்கரை விளக்கு.
அது சுழல்வதை நிறுத்துவதில்லை.
காடு, மலை, கடல், வானம் எங்கெங்கு பார்த்தாலும்
அவன் மூளையின் தடங்கள் தெரிகின்றன.

அவன் ஒரு சுமைதாங்கி.
அவன் முதுகில் உண்மை நண்பர்களும் இருக்கிறார்கள்.
உள்ளொன்று வைத்துப் பேசுவோரும்
சவாரி செய்கிறார்கள். ஆனாலும்,
அவன் எல்லோரையும் சுமக்கிறான்.

'எதையும் தாங்கும் இதயம்' - அவன் தலைவன்
அவனுக்குப் போதித்த கொள்கை
அந்தத் தலைவனே இருந்திருந்தாலும் இப்போது
கோபப்பட்டிருப்பான்.
ஆனால் இவன் முகத்தைக்கூடச் சுழிக்காமல் இருக்கிறான்.
தலைவனை மதிக்க வேண்டுமே என்பதற்காக
அவன் கோபத்தை ஜீரணித்துக் கொள்கிறான்.

அவன் இன்று பூபதி.
பரிபாலனத்தை அச்சத்தோடு ஏற்றான்.
இன்று பரிபாலனத்திற்கே இலக்கணமாகிவிட்டான்.
அவனது செங்கோல் விந்தியத்தை வியக்க
வைக்கிறது!

அதற்கு அப்பால் உள்ள 'இந்தியத்தை'
சிலிர்க்கச் செய்கிறது.

அவன் ஒரு மாபெரும் தலைவன்.
வசைவாளர்களையும் வாழ வைக்கும் தலைவன்.
அவன் இதயம் விசித்திரமானது.
வருகிறவர்களை மட்டும் வரவேற்கும்;
விடை கேட்டால்
மூடிக்கொள்ளும்.
தலைவனுக்குரிய மௌனமும் மோகனப் புன்னகையும்
அவனுக்குப் போகத்தான் மற்றவர்களுக்கு.
இவன் தலைவனா என்றவர்கள் இன்று
இவன்தான் தலைவன் என்கிறார்கள்.
இவனுக்கு என்ன தெரியும் - என்ற நாக்கு இன்று
இவனுக்குத் தெரியாத ராஜமந்திரமே இல்லை என்கிறது.
அவனுக்கும் எதிரிகள் உண்டு!
ஆனால் காலம் அவர்களை உதிரிகளாக்கி விட்டது.
உன்னை ஒழித்தே தீருவேன் என்றவர்கள்கூட,
'நீயின்றி நானில்லை' என்று கோரஸ்
பாடத் தொடங்கிவிட்டார்கள்.

அவன் ஒருவகையில் இரண்டாவது அசோகன்!
முற்பகுதியெல்லாம் போர்!
பிற்பகுதியெல்லாம் பொறுமை!
இவனுக்குப் பின்னால் இங்கு என்ன நிலை?
இது அநியாயக் கற்பனை!

இருந்தாலும் -
குடிசைகளில் விளக்கெறிய
வேண்டுமென்றால் அவன் வாழவேண்டும்.
யுகயுகமாகப் புதைக்கப்பட்டுக் கிடந்தவர்கள்
தலை தூக்க வேண்டுமென்றால் அவன் வாழ்ந்தே ஆகவேண்டும்.

எனக்கொரு கவிஞனின் அறிவு மலர்கள்
நினைவுக்கு வருகின்றன -
நீதி மாணிக்கமே!
எங்கள் கரங்களில் ஒரு விளக்கை கொடுத்தாய்!
அதை அணையாமல் பாதுகாப்பது உன் பொறுப்பு.
புயலடிக்கலாம். இடிஇடிக்கலாம்;
மழையுடன் கூடி மின்னல் தாக்கலாம்.
அவற்றினின்று-எங்கள் தலைவனைக்காப்பாற்று!
அவன் உயிரிலும், உள்ளத்திலும், எண்ணத்திலும் தான்
நாங்கள் வாழ்கிறோம்.
எங்களுக்கு, நாடு, மொழி, கடவுள் - எல்லாமே
அவன் தான்!

கருணைக்கு அழிவில்லை என்பது முதுமொழி;
முதுமொழிக்கு ஆபத்து வராது என்று நம்புகிறோம்.
நீ என்ன நினைக்கிறாய்!
அதை எங்களுக்குச் சொல்லிவிடு!..

❖❖❖

9. மல்லிகைப் பூ

தலைவ!

நாங்கள் மகிழ்ச்சியோடிருக்கிறோம்.

மனதிற்குப் பிடித்த மணாளனை அடைந்து விட்ட

மணப்பெண்ணை விட நாங்கள்

மகிழ்ச்சியோடிருக்கிறோம்.

காரணம் -

நீ எங்களுக்குத் தலைவனாக வாய்த்தது தான்!

எங்கள் மனவாசலின் மணிக் கதவுகள்

திறந்தே கிடக்கின்றன.

பூட்டில்லாத வீடு என்றாலும் அதில்

பூச்சிகளை நுழைய விடமாட்டோம்.

நீயே எங்களுக்குப் பிரபு,

எங்கள் இதயங்களே உனக்கு உத்யாவனம்.

உன்னுடைய பீடு நடைதான்

எங்கள் நரம்புகளில் ரத்தமாக ஓடுகிறது.

உன்னுடைய வீரக் குரல்தான்

எங்களுக்குக் கொள்கைப் பிடிப்பு.

நீ தெக்காணம் பெற்ற மாவீரன்!
தன்னிகரற்ற அறிவாளன் உன் ஆசான்.
ஹைதருக்கு வாய்த்த திப்புவைப்போல்
உன் தலைவனுக்கு வாய்த்த வாள்வீரன் நீ...

அதர்மம் உனக்குப் பிடிக்காதது;
ஆதிக்கம் நீ விரும்பாதது.

இளையோர்க்குத் திலகம் நீ...
புதிய தலைமுறைக்கு நீதான்
காலைச் செவ்வானம்.

உன்னை நாங்கள் நம்புகிறோம் என்பதைவிட
உன்னைத் தான் நாங்கள்
நம்பிக் கொண்டிருக்கிறோம் என்பதே
சரியான வாசகம்.

நீ எந்தப் பாதையை எங்களுக்குக் காட்டினாலும்
அதுவே எங்களுக்குக் கீதை உபதேசம்.

நீ அப்பழுக்கற்ற தலைவனாகிவிட்டாய் என்பதற்கு
இதைவிடச் சிறந்த சான்று ஏது?

தளபதிகள் மன்னர்களாக நிலைத்ததில்லை
என்கிறது வரலாறு.

ஆனால் நீ மட்டும் விதிவிலக்கு.
தரைப்படையில் சேர்ந்து தளபதியாய் உயர்ந்து
தரணியாளும் தகுதி பெற்றாய்.
ஏன் அப்படி?

அஞ்சாமை உன் உடன்பிறப்பு.
அடிமைத்தனம் உனக்கு ஆலகாலம்.

முடிவெடுப்பதில் நீ ஒளியின் வேகம்.
அரசியலில் மூடுமந்திரங்கள் உனக்கு எட்டிக்காய்.
உன்னால் மறக்க முடியாது -
உன் தலைவன் ஒருமுறை உருக்கமாகச்
சொன்னான் -
'என்னை விட்டால் உங்களுக்கு ஆளில்லை;
அதைப்போல் உங்களைவிட்டாலும் எனக்கு
வேறு கதியில்லை'-என்று

இன்று அதைத் திருப்பிச் சொல்லும் தகுதி
உனக்குத்தான் உண்டு.

நீ தேவதை; பேசத் தெரிந்த தேவதை.
ஆகவே, நீ பூசாரிகளை நம்பிவிட மாட்டாய்.

பூசாரிகள் புகழக் கற்றுக் கொண்டவர்கள்;
உன் தலை மறைந்ததும் அதே பூசாரிகள்
உன்னை இகழ மாட்டார்கள் என்பதற்கு
என்ன உத்தரவாதம்!

காரியத்திற்காகப் புகழ்கிறவனை விட,
கண் எதிரே விமர்சிப்பவன் உத்தமன்.

நீ ஒரு புகழேந்தி!
புகழைக் குவித்துக் கொண்டிருக்கிறாய்.
புகழ் கொடியது; மிகவும் கொடியது;
பூச்செடியின் புதரில் பதுங்கியிருக்கும்
பூ நாகத்தைவிட, பாவியின் புன்னகையில்
ஒளிந்து கிடக்கும் வஞ்சகத்தை விட
புகழ் கொடியதுதான்.

புகழ் பயிருக்கு உயிரான நண்பனையும்
எதிரியாக்கி விடும்.

பகை மூட்டுவதில் பணத்தை விடப்
புகழுக்கே அதிக வினயமுண்டு.
நீ அதையும் வென்று விட்டாய்.

நீதான் புகழின் முதுகில்
அமர்ந்திருக்கிறாயே தவிர, புகழால்
உன்மீது ஆதிக்கம் செய்ய முடியவில்லை.

கண்ணை மறைக்கும் புகழ் உன்னிடம்
கைகட்டிச் சேவகம் புரிகின்றது.

புகழைப் பெற்றதும், மனிதன்
பித்தம் பிடித்தவனாகி விடுகிறான்.
தந்தையையே பெயர் சொல்லி கூப்பிடத்
தொடங்குவான்.
தாயின் எதிரே மது அருந்துவான்.
எளியவர்களை எட்டி உதைப்பான்.

ஆனால் நீ?
புகழ் உன்னைக் கூன வைக்கிறது.
புகழ் உன்னைக் கோழை யாக்கி வருகிறது.

அவன் சஞ்சலப்படுவானே,
இவன் வருத்தப்படுவானே என்றுகூட
சில நேரங்களில் நீ குழம்பிக் கொள்கிறாய்.

உன்னுடைய பழைய சுபாவத்தை அறிந்தவர்கள்
'அவரா இவர்!' என்று இன்று
மூக்கில் விரல் வைக்கிறார்கள்.

நீ தமிழ்ப் புலவனல்ல!
ஆனால் புலவர்களையெல்லாம் இன்று நீ
'ஜகா' வாங்கிக் கொண்டிருக்கிறாய்.

உண்மையிலே நீ கோவூர் கிழார்தான்.
உண்மையை விளக்க உபகதை சொல்வதில்
உன் தலைவன் உலகப் புகழ் பெற்றவன்.

நீ அவருக்கு நேர் வாரிசு.
நீ மல்லிகைப் பூ! உன் பல் வரிசைக்காக அல்ல
கல்யாணி ராகத்தின் கமகமப்பும்,
மல்லிகைப் பூவின் மண வீச்சும்
உறவாடும் நேரம் மாலை நேரம்!

அந்த நேரத்தில்தான் உன் மூளையும் பாடத்
தொடங்குகிறது.

ராகத்தை அணைத்து மணம் போகிறதோ
மணத்தில் மிதந்து ராகம் பரவுகிறதோ
அது எங்களுக்குப் புதிர்தான்!

மங்கையர்க்கு மல்லிகை மீது மோகம்!
எங்களுக்கு உன் மீது மோகம்!
இருவருக்கும் கல்யாணியின் மீது பிரியம்!

கல்யாணி ராகத்தை உன் குரலில் கேட்கிறோம்.
மல்லிகையின் மலர்ச்சியை உன் முகத்தில்
பார்க்கிறோம்.

மல்லிகை மலராத மாலை இல்லை
அதைப் போல நீ மலர்ந்திராத மாலையும் இருக்காது.

இயற்கைக்கு ஒரு தனி வலிமை உண்டு!

வண்ணப்பூக்களைவிட வெள்ளைப்பூவான மல்லிகைக்கு
எப்படி மணம் கூடியது? அதைப்போல்.

மேலைநாடு சென்று மேல்படிப்புப் படித்தவர்களை விட
உனக்கு எப்படி ஆற்றல் வந்தது?

சாஸ்திரம் படித்தவன் ‘ஆண்டவன் கட்டளை’
என்கிறான்.
சீர்திருத்தவாதி, ஆண்டவனாவது, கட்டளையாவது -

எல்லாம் அயராது உழைத்ததாலே தானாக வந்த
சீர் வரிசை என்கிறான்.

உனக்கு ஒரு இரகசியம் -

உனக்கு ஏற்படும் அபகிர்த்தி எங்களையும் பாதிக்கும்
என்பதாலே சொல்லி வைக்கிறோம்.

நண்பர்களைத் தேர்ந்தெடுப்பதில் கவனம் தேவை
எல்லோரும் உனக்கு நண்பர்களாகி விட முடியாது.

நீதான் நண்பர்களைத் தேர்ந்தெடுக்கவேண்டுமே தவிர
உன்னைத் தேடி வருகிறவர்களையெல்லாம்
நண்பர்களாக்கிக் கொண்டு விடாதே;

நண்பர்களைத் தேர்ந்தெடுப்பதில் அவர்களுடைய

நாக்கைவிட அவர்களது இருதயங்களே
நீ சோதிக்க வேண்டியவை.

துரோகம் ஒரு ஆபத்தான அழுக்கு.
அது இரும்பைக்கூடத் தின்றுவிடும்.

நாங்கள் பாதிக்கப்பட்டால்
எங்களோடு முடிந்துவிடும்.

நீ பாதிக்கப்பட்டால் அது
ஒரு இனத்தையே வீழ்த்திவிடும்.

எச்சரிக்கை தேவை

வாரிசுகள் தானாக உருவாகட்டும்!

செயற்கை நிலைக்காது!

❖❖❖

10. தென்னிந்தியாவின் போர்வாள்!

தென்னிந்தியாவின் போர்வாள்

என்று -

உன்னை அழைப்பதில் எங்களுக்கு ஒரு
அலாதியான பிரியம் உண்டு!

ஏனென்றால் -

தென்னிந்தியாவிற்காக
நீ
சிந்திக்காத கருத்தில்லை.
இருக்குமானால் அவை -
ஈட்டியாகாத இரும்புத்துண்டுகளே!
தங்கமாகாத தாதுப் பொருள்களே!

தென்னிந்தியாவின் நலனுக்காக -
நீ சரளைக் கற்களைச் சிற்பங்களாக்கியிருக்கிறாய்
மரக்கட்டைகளை
மகர யாழ்களாக்கியிருக்கிறாய்.

பதவி என்பது அனுசரித்துப் போகவேண்டிய
பட்டு இருக்கை என்றால்- அது உனக்குப்
பாஷாணமாகத் தோன்றும்!

"பிள்ளைப் பூச்சிகளிடம் போய் அதைச் சொல்லு!
பகைவர்களின் பிடரியைப்பிடித்து ஆட்டவே
பதவிக்கு வந்தவன் நான்" என்பவன் நீ!

'டில்லி! அது ஒரு கற்பகிரகம்!
கட்டுக்கட்டாக நீறுபூசும் பரவசங்களுக்குக்கூட
தொட்டுத் தொழுக உரிமை இல்லை அங்கு!

ஆனால் நீயோ -

"உரிமையைக் கொடு முதலில்,
பிறகு நான் உறவுக்குக் கை கொடுக்கிறேன்"
என்று உரத்தகுரல் கொடுத்து
முறையான அசலுக்கு நியாயமான வட்டி
கேட்கும் இரக்கமுள்ள 'பேங்கர்' நீ!

அந்த வகையில் உன்னை -
பாலைவனத்தைக் கடக்க
பாழாய்ப்போன ஒட்டகத்தால்தான் முடியும்
என்றிருந்த ரகசியத்தைத் தூளாக்கிய
டார்ப்பிட்டோ எனலாம்!

ஒற்றைநாடிச் சரீரமான உனக்கு -
எங்கிருந்து வந்தது இவ்வளவு பலம்?
எவருக்கும் புரியவில்லை

உடன் பிறப்புக்களுக்காக
உடன்கட்டையேறும் பத்தினியாகி விடுகிறாயே!
அதனாலா?

உணர்ச்சி ஊட்ட வேண்டிய வேளைகளில்
உன் எழுதுகோலை நீ இசைக்கருவியாக்கிக்
கொள்கிறாயே அதனாலா?
எப்படி உனக்குச் சக்தி பிறக்கிறது -
எங்களுக்குக் கொஞ்சம் சொல்லக் கூடாதா?

ஒரு கவிஞர் சொல்லுகிறார் -
“ரோமாபுரியை விடப்
பூம்புகார் பெருமை வாய்ந்தது"
ஏன் தெரியுமா?
ரோம் எரிந்தபோது
நீரோ பிடில்வாசித்தானாம்!

ஆனால் மாதவி -

மதுரை எரிந்தது முதல்
யாழையே தொடுவதில்லையாம்!

ஒருவேளை -

அந்த இலக்கியத்தில் நீ கரைகண்டதாலோ
மாதவியை மிஞ்சும் தியாக உணர்ச்சி
உனக்கு வந்துவிட்டதோ!

❖ மத்திய சர்க்கார் எனும்
மாயப் பிசாசை இனம் கண்டு கொண்டவன் நீ
அதனால் கறுக்கிட்ட -
அபசகுனங்களை அலட்சியப்படுத்தியவன் நீ

❖ தனிக் கொடி கேட்டாய்; ஆனால்
தனி நாடு கோரிக்கைக்கு அது பூபாளம்
என்றார்கள்.
'தர்க்கிப்போம் வருக!' என்று தலைநகர்க்குச்
செய்தி கொடுத்தாய்.

❖ மதுவிலக்குப் பிரச்சினையா? -அது ஒரு
மாநிலப் பிரச்சினை அல்ல;
மகாத்மாவின் உயிர் நாடிக்கொள்கை என்றாய்!

❖ பூங்காற்றாய் வீசிய மாநிலச்சுயாட்சி
புயலுருவம் எடுத்தது யாராலே? உன்னாலே!

❖ ஞாலம் அறிந்திட வேண்டுமென்றால்
சேலம் இரும்பாலை ஐந்தாண்டுத் திட்டத்தில்

இணைந்திட வேண்டுமென்றது யாருடைய
குரல்! உன்னுடைய குரல்!

- ஆகஸ்டு 15இல் கோட்டையிலே கொடியேற்ற
  ஆளுநாக்கு உரிமையா? கூடாது! கூடாது!
  அச்சம் தவிர்த்து அதட்டிக்கேட்டு உரிமை பெற்றது?
  யார்?
  நீயல்லவா!
- கறுப்புப்பணத்தைக் கண்டுபிடிக்க மத்திய அரசுக்கு
  இருப்பதுபோல மாநில அரசுக்கும் உரிமை வேண்டும்
  என்று கேட்டாயே! மற்றவர்களால் முடிந்ததா?

- கரை போட்ட, வேட்டி சேலை கைத்தறிக்கே
  ஒதுக்கக்கோரி ஒளி எழுப்பியவன் நீ தானே!

- தபால் தலைகளில் தமிழ் எழுத்தைப் பொறிப்பதற்கு
  விதியில்லை என்று டில்லி, வீறிட்டு
  எழுந்தபோது அண்ணாவின் தபால்தலையில்
  அவரது கையெழுத்தையே பொறித்து விட்ட உன்னை
  யுக்தியுள்ள ராஜதந்திரி என்றால் என்ன தவறு?

- புயல், வெள்ளம், நெருப்புக்கு மத்தியசர்க்காரின் நிதி
  உதவிகளைத் திட்டத்தில் கழிக்காமல் மான்யமாகத் தரக்
  கோரி புதுக்குரல் கொடுத்த முதலாவது
  முதல் மந்திரி நீ!

❖ மாநிலங்கள் மூச்சுவிடப் பயந்து
மூல உரிமைகளை
டில்லித் தலைநகரில்
அள்ளித் தெளித்த கன்னல் மொழித்
தமிழன் நீ!

❖ எல்லாவற்றையும் விட
'எமர்ஜன்சி' வந்தவுடன் எல்லோரும் எழுந்து நின்று
'திருத்துளசி' வாங்கியதுபோல் அடிபணிந்து நிற்காமல்
'எமகண்டமே' வந்தாலும் எதிர்க்காமல் விட மாட்டேன்
❖ என்றுரைத்துச் செயல்பட்ட சேரன் செங்குட்டுவன் நீ

❖ இப்பேர்ப்பட்ட உனக்கு
எப்பேர்ப்பட்ட பட்டத்தைத் தருவது?
கன்னடத்திற்கோர் ஹைதர் அலி;
கேரளத்திற்கோர் வேலுத்தம்பி;
ஆந்திரத்திற்கோர் தேவராயர்;
இவர்களின் சந்ததியாக
கலாச்சாரத்திற்கே காவலனாக இருந்து
உரிமைக்குப் போராடும் உறங்காப்புலியாக -
நாடு உன்னை மதிப்பதால்தான்
தென்னிந்தியாவின் போர்வாள்-என்று
நாங்கள் அன்புடன் அழைக்கின்றோம்;
இன்முகத்துடன் ஏற்றுக்கொள்!

❖❖❖

11. நீலாம்பரி!

அம்மா!

முன்னிரவின் மூச்சு நின்று,

பின்னிரவு பிரசவக் கட்டத்திலேயே

நீ தினந்தோறும் வீடு திரும்புகிறாயே.

நியாயமா என்று கேட்கிறாய். இல்லையா!

நீ மட்டும் தானா கேட்கிறாய்!

அவளும் தான் கேட்கிறாள்!

இதமான இரவுகள் வெங்கனியாய்க்

கழிவது அவளுக்குப் பிடிக்கவில்லை.

அஸ்தமனத்திற்கும் சூரியோதயத்திற்கும்

இடைப்பட்ட காலம்தானே

நாங்கள் மணவாளர்களின் மனராஜ்யங்களில்

மகிக்ஷிகளாகும் காலம்.

அப்போதுகூட நீங்கள் ஊர்சுற்றப்

போய்விட்டால் நாங்கள் முடிசூட்டிக்

கொள்வது எங்ஙனம்?-என்று

அவள் கூடக் கேட்டு விட்டாள் தாயே!

உனக்கு என்மீது பாசம்;

அவளுக்கோ என்மீது மயக்கம்!

நீ மட்டும்தானே இப்படி அலைகிறாய்

எல்லோருமா இப்படி அலைகிறார்கள்
என்கிறாய் நீ! நீ கேட்பது ஒரு வகையில்
நியாயமாகக் கூட இருக்கலாம்!
ஆனால் -
அதைவிடச் சீரிய நியாயம்
இன்னொன்று இருக்கிறதே
தெரியுமா உனக்கு!

கொஞ்சம் கேள்!
நான் அலைகிறேன்.
அது நானாக அலைவதல்ல.
நள்ளிரவில் வீடு திரும்புகிறேன்.
அது கூட என்னால் நேர்வதல்ல.
எல்லாம் அவன் செயல் என்றாய்.

நீ நம்ப மாட்டாய்.
உண்மையில் எல்லாம் அவன்
செயல்தான். இது வைதீக வாசகமல்ல!

ஒரு அரசியல் கட்சியின் ராஜ நீதி!
ஒரு ரகசியத்தைக் கேள்!
இதையும் நீ நம்பமாட்டாய்.
உன் மகன் வெறும் நிழல்தான்.
அந்த நிழலுக்கு ஒரு உருவம் இருக்குமல்லவா!
இனி உனக்குப் புரிந்துவிடும்.
ஆம்; என் தலைவன்தான் என் நிழலுக்கு
உருவம் என்று! நீயே சொல்லு தாயே!

நீ அசைந்தால் உன் நிழலும் அசைவுமல்லவா!
நீ நடந்தால் உன் நிழலும்
நகருமல்லவா! அதுபோலத்தான்
நானும் அன்னையே! எனக்கு விசையாக
இருக்கும் என் தலைவன் அலைந்தால்
நானும் அலைவேன்.
அவன் நித்திரையைத் துறந்தால் நானும்
அதைத் துறந்தே ஆகவேண்டும்.
என் தலைவனின் டைரி இது -
ஒன்பதாம் தேதி டெல்லி.
பத்தாம் தேதி சென்னை.
பதினொன்று தஞ்சை.
பனிரெண்டு மாயூரம்!

அடுத்த நாள் ஈரோடு.
மறுநாள் திருவண்ணாமலை.
அங்கிருந்து மானாமதுரை!
போயிங் விமானத்திலும் அவன்.
ஆவ்ரோ விமானத்திலும் அவன்!
மீட்டர் கேஜிலும் அவன்; பிராட்
கேஜிலும் அவன்! நெடுஞ்சாலைகளிலும் அவன்.
ஊரகச் சாலைகளிலும் அவன்;
'ஆப்' கிடைக்காமல் ஓடிக்கொண்டே
இருக்கும் ஒரே தொழிலாளி என்
தலைவன் தானே அம்மா! உன்னைப்
போலவே, என் தலைவனுக்கும் ஒரு
பாசமுள்ள அன்னை இருந்தாள்.

சொல்லப் போனால் -
அவள் உன்னைவிட, என் தலைவனைப்
பேணிக் காத்தவள். அவள் நெற்றியில்
விழுந்த மடிப்புக்கள் மகனை
வளர்ப்பதற்காக அவள் பட்ட
துயரங்களின் தடயங்கள்.

அவளுக்கு விழுந்த கூனல் மகனுக்கு
அவள் காட்டிய பரிவின் பேரேடு!
முதுமையின் கோரப்பிடிப்பு அவளை
இறுக்கியபோதும் அவள் மகனை
நேசிப்பதில் வள்ளலாகவே
திகழ்ந்தாள்
காரணம் -
மகன் பெறும் புகழே அவளுக்கு
சத்துணவானது. மகன் அடைந்த
உயர்வே அவளுக்குக்
கந்தமூலமாகப் பட்டது.

என் தலைவன் ஒருவகையில்
அதிர்ஷ்டசாலி! வறுமையிலும் முகம்
கோணாமல் உச்சிமோந்து
உபசரித்த தாய் அவன் தாய்.
ஒரு தளபதியின் தாய்க்கு இலக்கண
மாக விளங்கியவரோ என் தலைவனின்
தாய்! மகன் தாக்கப்பட்ட

போதும் உபாதையால் அவன்
உயிருக்கு மன்றாடிய போதும்
விபத்தில் சிக்கி அவன் விழியில்
வலிவந்த போதும்
கண்ணீரில் மூழ்கிய வண்ணம் கனிவு
காட்டினாளே அன்றி
உனக்குக் கட்சி வேண்டாம் என்று
அந்தத்தாய் மகனுக்குச் சொன்னதுண்டா?
பிள்ளைப் பாசம் அவளையும் மகன் கட்சி
யாக்கிவிட்டது. அதுமட்டுமல்ல -
மகனுடைய உயிர் நாடி ஒன்றியிருந்த
இடமும் அந்த கட்சிதான் என்று அவள்
அறிந்திருந்தாள்.

அம்மா!
பொதுவாழ்வில் இணைந்து போர்க்களம்
புகும்
வீர இளைஞர்களுக்கு அப்படி ஒரு தாயே
கிடைத்து விட்டால்
அவனது வெற்றிக்குத் தாயே
அச்சாரமாகி விடுகிறாள்!
எங்கள் தலைவனின் தாயே
அதற்கு சான்று!

அம்மா!
இதோ இன்று அவனுக்குச் சிலை.

மணியோசை போல் தமிழோசையை
நாடெல்லாம்
பரப்பிய தமிழண்ணல் அவன்!

அவனுக்கு வெண்கலச் சிலை என்ன?
தங்கத்திலே வைத்தாலும் தவறு
இல்லை என்பர் தமிழ் மக்கள்.

"சாவா! நாம் சந்திப்போம்
வாழ்க்கை என்ன பூவா!
புறப்படுவோம்;
புல்லியரைத் தூளாக்குவோம்"
என்ற வரிகளின் வீர வடிவம் தானே
அவன் சிலை!
என் தலைவனுக்குச் சிலை என்றால் அது
உனக்கும் மகிழ்ச்சி தானே.
ஏனெனில்,
உன் உயிரெல்லாம் என் மீது
என் உயிரெல்லாம் அவனைச்சுற்றி.
இதிலிருந்த-
உன் மகன் தலைநிமிர்ந்து
வாழவேண்டும் என்றால்
என் தலைவன் வெற்றி நடைபோட
வேண்டும் என்பது பொருள்.
இதுதான் என் வாழ்க்கையின்
ரகசியம்!

வண்ணக்கிளி!
இதுவல்ல உன் பெயர் - இருந்தாலும்
பிரியத்தோடு சொல்லிப் பார்த்தேன்
நீ எனக்காக வாழ்கிறாய்!
ஆனால்
நான் உனக்காக மட்டும் வாழ
வில்லையே. என்ன செய்வது!
இது, எனக்கு நானே எழுதிக்கொண்ட
உயிலே தவிர
ஆண்டவன் எனக்களித்த கட்டளை
என்று கூறவில்லை.

உன் கண்ணீரைத் துடைக்க எனக்கு
நேரமில்லைதான்.
உனக்கு உவகை ஊட்டவேண்டிய
வேளையில்
நான் ஊர் சுற்றிக்கொண்டிருப்பது
உண்மைதான்.
இதை நான் உணராமல் இல்லை!
வெட்கமற உணர்கிறேன்.
நீயே தீர்ப்புக் கூறு - நான் வீட்டில்
முடங்கிக் கிடக்க முடியுமா?
பலமுறை நீயே புகழ்ந்திருக்கிறாய்
என் தலைவனை!
உங்கள் தலைவர் இப்படி அலையலாமா?
அவர் உடல்

என்ன மரமா, கல்லா என்று
கேட்கவில்லையா நீ?
அவனே அப்படி அலையும்போது நான்
மட்டும் என்ன!
தொண்டர்கள் அலைய, தலைவர்கள்
தூங்கும் கட்சியா எங்கள் கட்சி!

கண்மணி;
உன்னைப்போன்ற ஒரு குணவதிதான்
என் தலைவனுக்கு வாய்த்த
இல்லத்தரசியும்.

அவள் இதுவரை என் தலைவனுக்குச்
செய்துள்ள சேவையைச் சொல்ல
ஏடுகளும் தாங்காது!

துவைத்துப் போட்ட ஆடைகளை,
துணிப் பையில் திணித்துக் கொடுத்து
புருஷனைச் சுற்றுப்பயணத்திற்கு
அனுப்பிய காலத்திலிருந்து,
துரைத்தனத்துச் சிப்பந்திகள்
தொண்டு புரியத் துடிக்கும்
இந்தக்காலம் வரை
நெற்றி வியர்வையில் அவள் குங்குமம்
கசியக் கசிய சேவை செய்கிறாள்.

வேலை வாங்கும் புருஷனை வாழ்த்தி
வணங்கும்
புனிதப் படைப்பு அவள்;
என்னைப் போன்ற தொண்டர்களின்
மனைவியர்க்கும் அவள்தான் ஒரு
புருஷ மார்க்கம்!
அவளுக்கு இன்று கொண்டாட்டம்.
கல்யாணவேளையில் வாசிக்கும்
ஆனந்த பைரவிராகத்தை
இன்னும் மறக்காத அவள்
இன்று கல்யாணக் கோலத்தையே
நினைத்து ஆனந்தக் கண்ணீர்
வடிப்பாள்.
அவள் தொட்டுத் தொண்டு புரிந்த
புருஷனுக்கு
வெண்கலச் சிலை. எழுகிறதென்றால் அது
அவளால் அடக்கிக் கொள்ளக்கூடிய
மகிழ்ச்சியா?
“இவனுக்கா மனைவியாகப் போகிறாய்
இவன் ஊர் சுற்றியாயிற்றே!
நாட்டைக் கவனிப்பதாகச்
சொல்லிக்கொண்டே
வீட்டை நிற்கதி ஆக்குகிறவனல்லவா!
“பாவம் உன் தலைவிதி!
நீ என்ன செய்வாய்"
என்று அபசகுனங்கள் அன்று செய்த

நையாண்டிகளெல்லாம் இன்று அவள்
நினைவுக்கு வராமலா போகும்.
துணைப்பறவையே!
கஸ்தூரிபாயை எனக்குத் தெரியாது;
வாசுகியைப் பற்றியும் படித்ததுதான்
காந்தியின் வெற்றிக்கு அவர் மனைவியும்
ஒரு காரணம்
என்பது எனக்குத் தெரியும்!
வள்ளுவர்க்கும் அப்படித்தான் வாசுகி.
அவர்கள் இருவரையும் கண்டதில்லை
என்ற குறையும்
இப்போது எனக்கு இல்லை -
இன்று நான் அவர்களைப் பார்க்கிறேன்
அவர்களுக்கு இன்று மண நாள்!
இல்லை! இல்லை! அதைவிடச் சிறந்த
இன்பநாள்.
ஆம் -
வெளி நாட்டாரும், உள்நாட்டாரும்
உலாவரும் அண்ணாசாலையில் இன்று
தலைவனுக்கு வெண்கலச்சிலை
எழுகிறதல்லவா!
அதனால் சொல்கிறேன்
எனக்கே இவ்வளவு பூரிப்பு என்றால்
அவளுக்குச் சொல்ல வேண்டுமா?
'உன் காதில் விழுகிறதா?
யாரோ நீலாம்பரி' பாடுகிறார்கள்
நீலாம்பரி வெறும் ராகம் மட்டுமல்ல

அது ஒரு ஔடதம்!
இல்லாவிட்டால் -
ராகங்களைப் பற்றி அறியாத மழலைகள்
மாத்திரை சாப்பிட்டவை போல்
நீலாம்பரியைக் கேட்டதும் கண்ணுறங்குவார்களா?
அதனால்தான் நீலாம்பரியை
ஔடதம் என்கிறேன்.

நீலாம்பரி மட்டும் தோன்றியிராவிட்டால்
நாட்டில் மழலைகள் பல
பிழைத்திருக்கா!
குழந்தைகளுக்கு எப்படி நீலாம்பரியோ,
அப்படித்தான் அரசியல்வாதிகளுக்கு
பூமாலையும், புகழ்மாலையும்.
குழந்தைகளைத் தூங்கவைத்து
நோயைத் தீர்க்கும் நீலாம்பரிபோல,
நீயும் நானும் சேர்ந்து இதயசுத்தியோடு
வர்ணிக்கும் இந்தப் புகழ்மாலை
நம் தலைவனுக்கு ஒரு நீலாம்பரியாக
அமையட்டும்
நாம் பாடும் நீலாம்பரியால்
அவருக்குக் கிடைக்கும் அமைதி
நோய் போக்கும் ஔடதமாக
அமையட்டும்!
இருக்கட்டும்!

1975ம் ஆண்டு சென்னை அண்ணா சாலையில் கலைஞர் சிலை திறப்பு விழாவின்போது எழுதியது.

12. ஓவியம்!

அவன் எங்களுக்கு மதுரமானவன்
பாலைப் பொழியும் - பூரணச் சந்திரனைப் பார்ப்பது போல
மாதம் ஒரு முறையாவது
அவன் திருமுகத்தை நாங்கள் தரிசிக்க வேண்டும்
தவறினால்
அவன் குரலையாவது கேட்டாக வேண்டும்.
இல்லையெனில்
அனல் போன்ற அவதூறுகளை ஆவியாக்கும் சக்தி
எங்களிடம் மங்கிப் போய்விடுமே!

அவன் குரல் எங்களுக்கு அமுதவீணை
கரகரப்பான குரல் என்றாலும் அதுதான் - எங்களுக்கு
கானக்குயிலின் காந்தக்குரல்
அன்பார்ந்த தோழர்களே! - என்று அவன்
தொடங்கும் போதெல்லாம்
பறவைகள் பத்தாயிரம் சிறகடிப்பது போல் கையொலி
எழுவதின் ரகசியம் அதுதான்!
மேடையிலே அவன் என்ன மெல்லிசையா பாடுகிறான்.
இல்லையே!

பின் ஏன் அந்த மயக்கம்?
ஏசுவோர் ஏசட்டுமே; உண்மையைச் சொல்லி
விடுகிறேன் -
அவன் குரலே எங்களுக்கு ஒரு இலக்கியம்தான்.
அவனது கண்ணீர்க்குரலை மொழிபெயர்த்தால்
அது ஒரு சிலப்பதிகாரம்.
அவனது வெண்கலக்குரலை மொழிபெயர்த்தால்
அது ஒரு இராவணக்காவியம்.
அவன் அறைகூவி அழைத்தால் அதுவே
அசுவமேத யாகம்!
எப்படியோ அவன் குரல் எங்கள் ஊனில் கலந்து
விட்டது.
அவன் குரலையே நம்பிக் கிடக்கும் நாங்கள், கனவிலும்
நினைவிலும் அவன் குரலையே கேட்க விரும்புகிறோம்.
ஏன் தெரியுமா?
அவன் குரலே எங்களுக்கு அமுதவீணை.
அவன் எங்களுக்கு ஓவியம்.
எத்தனை குருவிகள் அவன்மீது எச்சமிட்டாலும்
அவன்தான் எங்களுக்கு எழிலோவியம்;
புண்படப் பேசினாலும், புன்சிரிப்பை இழக்காத
ஓவியம் அவன் ஓவியம்.
பிள்ளைப் பூச்சிகளைப் பேச வைத்துப் புளகாங்கிதம்
அடைந்த ஓவியம் அவன் ஓவியம்.
ரவிவர்மரே நேரில் தோன்றி
‘ரதியின் ஓவியம் தரட்டுமா’ என்றாலும்
‘நதியில் போடு; அது நடுக்கடலுக்குப் போகட்டும்

என்போரே நாங்கள்

ரதி -

மன்மதன் -

மயில் -

மணிப்புறா

கிளி

குயில்

எல்லாமே எங்களுக்கு அவன் ஓவியம் தான்.

அரசுக்கு மாளிகையானாலும் அங்கு அவன்

ஓவியம் இல்லை என்றால் அது எங்களுக்கு

சரக்கு அடையும் கிட்டங்கியாகிவிடும்.

குயிலுக்கு குரல் மட்டும் அமையாவிட்டால் அதுவும்

ஒரு காகம் தானே! அதுபோலத்தான் அவன் ஓவியம்

இல்லாத இல்லங்கள்!

அவன் ஒரு சரித்திரம் -

முகஸ்துதி அல்ல; இதற்கு ஆதாரமுண்டு.

சிண்டு மூட்டிகளால் சினமடைந்திருந்த மக்களை

சிரிக்க வைத்த சரித்திரம் அவனுடையது;

தீப்பந்தம், கல்வீச்சு, வசை மாலை இவைகளுக்குள்

தேவதை போல் புகுந்து, மயங்கிக் கிடந்த மக்களைத்

தன் வசப்படுத்திய சரித்திரம் அவனுடையது

பட்டுப்போய் விட்டோமோ என்று பரிதவித்துக் கிடந்த

எங்களைத் தட்டிக் கொடுத்து - காய்ந்து விளையும் கழகம்

நம் கழகம் - என்று தூக்கி நிறுத்திய சரித்திரம்

அவனுடையது.

ஆம் -

தனி உவமை காட்ட முடியாத தளநாயகன் அவன்;

அவனை -

கவிழ்ந்து போன கிழக்கிந்தியக் கம்பெனிக்கு உயிர் கொடுத்த ராபர்ட்கிளைவ் என்பதா?

பிரஞ்சுப் படைக்கே பிந்துவாக இருந்து வீரப்போர் புரிந்த டூப்ளே என்பதா?

இன்னுயிரை இழக்க வேண்டுமா? இரத்தஸ்நானம் புரிய வேண்டுமா? இந்தியாவிற்காக எதற்கும் தயார் என்று சூளுரைத்த நேதாஜி என்பதா? யாரைச் சொல்லுவது அவனுக்காக?

எல்லோர் சரித்திரமும் அவன் சரித்திரமா?

அல்லது அவன் சரித்திரம்தான் அவர்களின் சரித்திரங்களா?

அவன் இன்று உயர்ந்து விட்டான்; நேற்றைவிட இன்று அவன் உயர்ந்து விட்டான்.

நேற்று அவன் வெள்ளிரதத்தை இழுக்கும் வெண் புரவியாக இருந்தான்.

இன்று அவனே வெள்ளி ரதமாகி விட்டான். புதிய புரவிகள் இனித் தயாராகித் தீரவேண்டும்

நேற்று அவன் பன்னீர்ப்பூவின் நறுமணத்திற்குத் தூதுவனாக இருந்தான்.

இன்று அவனே பன்னீர் மரமாகி விட்டான்.

தூதுவர்கள் இனிமேல்தான் தோன்றிட வேண்டும்.

சுருக்கமாகச் சொன்னால்...

வேதங்களுக்குப் பொருள் கூறும் உபநிஷதங்களாக

இருந்த அவன், இன்று அவனே வேதமாகி விட்டான். உபநிஷதங்கள் இனிமேல்தான் உருவாக வேண்டும்.

எங்களை ஆளும் அன்பிற்குரியவனே... உனக்காக
நாங்கள் இருப்பது போல் எங்களுக்காகத் தான்
நீ இருக்கிறாய்!
உனக்கு ஒரு விண்ணப்பம் -
சூரிய ஒளியால் பூக்கள் மலர்கின்றன. ஆனால்
செடியின் வேரில் ஈரம் இல்லாவிட்டால் அந்தச் சூரிய
ஒளியே மலர்களை எரித்து விடுவதுண்டு!
ஆகவே உனக்கு.... மலருக்கு ஒளி முக்கியமா?
செடிக்கு ஈரம் முக்கியமா என்று தெரியாமலா
போய்விடும்!
நீயே ஒரு கவிஞனல்லவா?
உனக்கு எப்படித் தெரியாமல் போகும்!

❖❖❖

13. அணையா விளக்கு!

❖ தீபச் சுடரே,

இருள் உன்னை அணைத்து விடும் என்றார்கள்.

ஆனால்...

அந்த இருளே உன் சுடருக்கு

அதிக வெளிச்சத்தைக் கொடுத்து விட்டது.

❖ மாணிக்கத் தீபமே

கட்சிக்குள் -

உன்னை அழிக்க முயன்ற கோட்சே பீடைகள்

அடியோடு அழிந்து விட்டன.

நீ, சாகாத காந்தியாய் தப்பித்து விட்டாய்.

நாங்கள் உன் பூசைக்குரிய

மலர்களாக ஆகிவிட்டோம்..

❖ நீ ஒரு விருட்சம்.

நீ சாய்ந்து விடாமல்

உன்னைக் காக்கும் விழுதுகள் நாங்கள்.

சுருங்கச் சொன்னால்

புகழ் பெற்ற கோகினூர் வைரம் நீ!

அதிலிருந்து பூ ஒளிவீசும்

ஒளிச் சிதறல்கள் நாங்கள்.

❖ கலவரங்களைக் கண்டு
பலகாணிகளை மூடும்
கோழைகளின் கூட்டமல்ல இது!
பீரங்கியே வாய்ப்பிளந்தாலும்
புலம்பாத அபிமன்யூக்கள் நாங்கள்.

❖ துப்பாக்கி தூக்காமல்
துரைத்தனம் நடத்தியவன் நீ.
இன்றோ
ஒப்பாரி கேட்காமல் ஒரு நாளும்
கழிந்ததில்லை.

❖ கருணாநிதியா!
கதை முடிந்தது என்றார்கள்.
ஆனால் எதிர்க்குரலோ அதை
மிஞ்சியது.
அவன் சாகாவரம் பெற்ற நெப்போலியன்.
சந்திர வம்சத்து வில் விஜயன்
மரணத்தையும் முத்தமிடத்
தயங்காத வீரவாலி
இப்படிச் சொல்வது நாங்கள் மட்டுமல்ல.
உன்னால் சிரித்து வாழ்ந்த
ஏழைகளின் குடிசைகளில்
கேட்கும் கோகில கானங்கள் - இவை!

❖ கழகம் வெறுங்கோயில் ஆகிவிடுமோ என்று
கலங்கியது உண்டு நாங்கள்.

ஆனால்
அண்ணாவின் அருளால்
உன்னை அற்புத விக்கிரகமாய்
பிரதிஷ்டை செய்து விட்டோம்.
உன் சிரித்த முகமும்
சித்திரப் பல் வரிசையும்தான்
சாகக் கிடந்த என்னையும்
தலை தூக்க வைத்து விட்டன.

❖ கழகமே எங்களுக்குத் திருப்பதி.
நீயே எங்களுக்கு வெங்கிடாசலபதி.
நாங்கள் அழுத கண்ணீர்
ஆனந்தக் கண்ணீர் ஆகிவிட்டது.
ஒளியிழந்த எங்கள் கண்களில்

❖ கனல் பறக்கத் தொடங்கியது.
நெருப்பாற்றில் ஸ்நானம் செய்து
உனக்கு வரலாற்றை
உருவாக்கத் தயாராகி விட்டோம்!

❖ காவேரியைக் கண்ணீராக்கி
கடைத் தெருவில் புரண்டழுத
கண்ணகியின் அழுகுரலை
கேட்ட ஊர் மாமதுரை
இன்று அது -
கடைக் கண்ணில் நீரோடு

துடையப்பா துயரத்தை என்று
உன் முன் திரண்டிருக்கும்
காட்சியைப் பார்.

❖ அச்சம் தவிர்த்த இரண்ய அவதாரம் நீ!
சர்ச்சிலையும் தோற்கடித்த
தைரியசாலி நீ!
தர்மயுத்தம் தொடங்கி விட்டது;
அடலேறே! அம்பாரியிலிருந்தே ஆணையிடு
பாண்டியநாடு உனக்கு
வேண்டியதைச் செய்யும்.

❖ கருணைக் கடலே!
உன்னைத் தீண்டத்தகாத அசுத்தமான
பூசாரிகள் உன்னை விட்டுப் போய்விட்டார்கள்.
இனிமேலாவது
உன்னைத் தொட்டுப் பார்க்க
எங்களுக்கு அனுமதி கொடு.

1977 பாராளுமன்றத் தேர்தலின்போது கலைஞர் மதுரை வந்த காலை எழுதிப் படித்த வரவேற்புரை.

❖❖❖